செட்டிநாட்டு சைவ சமையல்

காஞ்சனமாலா

செட்டிநாட்டு சைவ சமையல்
Chettinattu Saiva Samayal
by Kanchanamala ©

First Edition: December 2013
120 Pages
Printed in India.

ISBN: 978-93-5135-161-0
Title No: Kizhakku 748

Kizhakku Pathippagam
177/103, First Floor,
Ambal's Building, Lloyds Road
Royapettah, Chennai 600 014.
Ph: +91-44-4200-9603

Email : support@nhm.in
Website : www.nhm.in

Kizhakku Pathippagam is an imprint of New Horizon Media Private Limited

செட்டிநாட்டு சைவ சமையல்

காஞ்சனமாலா

வாசல்

தமிழர் சமையலில் ஒவ்வொரு வட்டாரத்துக்கும் ஒவ்வொரு விதமான சமையல் உண்டு. கொங்கு சமையல், நெல்லை சமையல், மதுரை சமையல் என்று விதவிதமான சமையல் விதங்களில் செட்டி நாட்டு சமையல் என்பது எல்லாவற்றுக்கும் மகுடம் வைத்தது போன்ற மிகுந்த தனித்துவம் கொண்டது. இது மிக மிகப் பிரசித்தி பெற்ற சமையலும்கூட.

செட்டி நாட்டினரின் பிரமாண்டமான வீடுகள், விருந்தோம்பல் பண்பு, பெருமைமிக்க பழக்க வழக்கங்களைப் போலவே, பாரம்பரிய செட்டி நாட்டு சமையலும் மிகவும் புகழ்பெற்றது. செட்டி நாட்டுச் சமையல் என்பது வாசனைச் சரக்குகளும் நறுமணப் பண்புகளும் நிறைந்த ஒரு இந்திய சமையல் வகையாகும். செட்டிநாட்டு உணவுக்கு சுவை கூட்டுவது, அவ்வப்போது அரைத்துச் சேர்க்கும் காரமும் நெடியும் நிறைந்த மசாலாக்கள் மற்றும் மண் சட்டி பானைகள் உபயோகம்தான்.

காலம் காலமாக தலைமுறை தலைமுறையாக தாய்வழி மரபில் பல தலைமுறைகள் தாண்டி செய்முறை பக்குவம் கொண்டவை செட்டிநாட்டு உணவுகள். ருசியான சமையல் என்றாலே அது அட்டகாசமான செட்டிநாட்டு சமையல்தான் என்பதில் எந்தக் கருத்து வேறுபாடும் இல்லை.

அத்தனை பெருமைமிக்க செட்டிநாட்டு சமையல் சூட்சுமம் இப்போது உங்கள் கைகளில்.

செட்டிநாட்டின் ஒட்டுமொத்த சைவ சமையலுக்குமான, இனிப்பு, இடைப் பலகாரங்கள், டிபன் வகைகள், பாயசம், பொரியல், கூட்டு, அவியல், பச்சடி, குழம்பு வகைகள், ரசம், துவையல் என சகலவகையான தினுசு தினுசான சமையல் குறிப்புகளை இந்தப் புத்தகத்தில் அள்ளிப் பரிமாறியிருக்கிறோம்.

இந்தப் புத்தகம் உங்கள் கையிலிருந்தால் செட்டிநாட்டு சைவ சமையலின் ஒட்டுமொத்த அத்தாரிட்டி நீங்கள்தான். சமைத்து அசத்துங்கள். பாராட்டுகளை அள்ளிக் குவியுங்கள்.

செட்டிநாட்டு டிபன் வகைகள்

செட்டிநாட்டு சாப்பாடு

பாயசம்

பொரியல், கூட்டு, அவியல், பச்சடி

செட்டிநாட்டு இனிப்பு வகைகள்

1. தேங்காய் பால் அல்வா

தேவையான பொருள்கள்:

தேங்காய் – ஒன்று

பால் – 200 மில்லி

சர்க்கரை – 200 கிராம்

சமைக்கும்முறை:

❖ முதலில் தேங்காயைத் துருவி வைக்கவும். முக்கியமான விஷயம் அடி வரை சுரண்டக்கூடாது.

❖ அடுத்து துருவிய தேங்காயை மிக்ஸியில் போட்டு, ஒரு டம்ளர் தண்ணீர் ஊற்றி அரைத்து எடுக்கவும். பின் அரைத்த கலவையை ஒரு பாத்திரத்தில் வடிகட்டி ஊற்றி வைக்கவும். முதல் பால் ரெடி.

❖ பின் அரைத்த சக்கையை மீண்டும் மிக்சியில் அரைத்து எடுக்கும் பால் இரண்டாவது பால். இதைப் போலவே மீண்டும் மீண்டும் அரைத்து கடைசித்துளி வரை பால் எடுத்து வைத்துக்கொள்ளலாம்.

❖ அடுத்து அடிகனமான அகலமான வாணலியிலோ (அல்லது) பாத்திரத்திலோ தேங்காய் பால், ஆவின் பால், மற்றும் சர்க்கரையைச் சேர்த்து அடுப்பில் வைத்து கொஞ்சம் கூட கை விடாமல் (பக்கத்தில் இன்னொரு ஆள் நின்று மாறி மாறி கிளறினால் கை வலிக்காமல் கிளறிக்கொண்டு இருக் கலாம்.) கிளறிக் கொண்டே இருக்கவும். கிளறாமல் விட்டால் பொங்கிப் பொங்கியே பால் வீணாகிப் போகும்.

❖ அடுப்பை சிம்மில் வைத்து குறைந்தது ½ மணி நேரமாவது பாலை விடாமல் கிளறிக் கொண்டே இருந்தால் பால் திரண்டு கெட்டியாகும். பாத்திரத்தில் ஒட்டாமல் அல்வா பதம் வந்தவுடன் இறக்கி விடவும்.

❖ இந்த அல்வாவுக்கு டால்டா, நெய் எக்ஸ்ட்ரா எக்ஸ்ட்ரா எதுவும் தேவையில்லை.

❖ ஓகே அல்வா ரெடி. பக்கத்தில் நின்று கிளறி உதவியவர்க்கு அந்த தேங்காய் பால் அல்வாவை ருசிக்கத் தரவும்.

2. செட்டிநாட்டு சுருள் போளி

தேவையான பொருள்கள்:

மைதாமாவு – ¼ கிலோ

சர்க்கரை – ¼ கிலோ

தேங்காய் – ஒன்று

நெய் – 50 கிராம்

முந்திரி – 50 கிராம்

ஏலக்காய் தூள் – 1 ஸ்பூன்

எண்ணெய் – 500 மில்லி

சமைக்கும்முறை:

❖ மைதாமாவை சிறிதளவு தண்ணீர் ஊற்றி பூரி மாவுக்கு பிசை வது போல கெட்டியாகப் பிசைந்து கொள்ளவும்.

❖ தேங்காயைத் துருவி வைக்கவும். சர்க்கரையை மிக்சியில் போட்டுத் தூளாக அரைத்துக்கொள்ளவும். முந்திரியைப் பொடியாக நறுக்கி வைக்கவும்.

❖ அடுத்து அடுப்பில் வாணலி வைத்து மிதமான தீயில் ஒரு டீஸ் பூன் நெய் ஊற்றி தேங்காய் துருவலையும், சர்க்கரைத் தூளையும் சேர்த்து ஒன்றாகக் கிளறி இறக்கவும். அடுத்து வாணலியில் இன் னொரு ஸ்பூன் நெய் ஊற்றி முந்திரியை வறுத்துக் கொள்ளவும்.

❖ பின் வறுத்த முந்திரி, ஏலக்காய் தூளை தேங்காய், சர்க்கரை கலவையுடன் சேர்த்து நன்கு கிளறி வைக்கவும்..

❖ மைதா மாவை உருண்டைகளாக உருட்டி பூரி தயாரித்துக் கொள்ளவும்.

❖ பிறகு வாணலியில் எண்ணெயை ஊற்றிக் காய்ந்ததும் பூரி களைப் போட்டு பொரித்து எடுக்கவும்.

❖ அந்தப் பூரிகளின் நடுவே தேங்காய், சர்க்கரை கலவையை வைத்து மடித்து மூடினால் செட்டிநாட்டு சுருள் போளி ரெடி.

❖ தேங்காய் பலகாரம் என்பதால் ரொம்ப நாள் வைத்துக் கொள்ள முடியாது. சீக்கிரமே தீர்த்து விடவேண்டும்.

3. கும்மாயம்

தேவையான பொருள்கள்:

முழு உளுந்து – ¼ கிலோ

பாசிப்பருப்பு – 50 கிராம்

பச்சரிசி – ஒரு டேபிள் ஸ்பூன்

கருப்பட்டி – ½ கிலோ (கருப்பட்டி கிடைக்காதவர்கள்
வெல்லம் சேர்த்துக்கொள்ளலாம்)

நெய் – 50 கிராம்

சமைக்கும்விதம்:

❖ முதலில் உளுந்து, பாசிப்பருப்பு, அரிசி மூன்றையும் தனித் தனியாக வெறும் வாணலியில் போட்டு வாசம் வரும்வரை வறுக்கவும்.

❖ அடுத்து இந்த மூன்றையும் ஒன்றாக மிக்சியில் போட்டு மாவாக அரைத்து வைக்கவும்.

❖ கருப்பட்டி (அல்லது) வெல்லத்தை நீரில் கரைத்து வடிகட்டி வைக்கவும்.

❖ வடிகட்டி வைத்துள்ள கருப்பட்டி (அ) வெல்லத் தண்ணீரில் அரைத்து வைத்துள்ள மாவைக் கொட்டி கட்டி தட்டாமல் கரைக்கவும்.

❖ பின் அடி கனமான வாணலியை அடுப்பில் வைத்து 25 கிராம் நெய் விட்டுச் சூடானதும் சிறு தீயாக வைத்து அரைத்து

வைத்துள்ள மாவைக் கொட்டி கொஞ்சம் இடைவிடாமல் கிளறிக்கொண்டே இருக்க வேண்டும். நடு நடுவே மீதமுள்ள நெய்யை ஊற்றிக் கிளறி மாவு கையில் ஒட்டாமல் வந்ததும் இறக்கிவிடலாம்.

❖ சுவையான கும்மாயம் தயார். இதை லட்டாக பிடித்தும் சாப்பிடலாம். தட்டில் வைத்து களி போலவும் சாப்பிடலாம்.

4. உக்காரை

தேவையான பொருள்கள்:

பாசிப்பருப்பு – ½ கிலோ

ரவை – ¼ கிலோ

தேங்காய் துருவல் – அரை மூடித் துருவல்

சர்க்கரை – ஒன்றரை கிலோ

நெய் – 200 கிராம்

ஏலக்காய் – 4

முந்திரிபருப்பு – 10 அல்லது 12

சமைக்கும்விதம்:

❖ முதலில் பாசிப்பருப்பை நன்கு வேக வைத்து எடுத்துக் கொள்ளவும்.

❖ ரவையை வறுத்து வைக்கவும்.

❖ அடுத்ததாக இரண்டு ஸ்பூன் நெய்யை வாணலியில் ஊற்றி முந்திரி பருப்பை வறுத்துக்கொண்டு அதனுடன் தேங்காய் துருவலையும் போட்டு வதக்கவும். கூடவே வறுத்து வைத்த ரவையையும் சேர்த்துப் பிரட்டவும். பின் பாசிப்பருப்பையும் கொட்டி அனைத்தையும் சேர்த்து மொத்தமாகக் கிளறவும்.

❖ எல்லாம் சேர்ந்து கிளறி கெட்டியானதும் சர்க்கரையைச் சேர்த்து, கூடவே மீதம் உள்ள நெய், ஏலக்காயை தட்டிப் போட்டு வாணலியில் அடி பிடிக்காதபடி தீயைச் சிறியதாகி மிதமான சூட்டில் விடாமல் கிளறி இறக்கவும்.

❖ சுவையான உக்காரை தயார்.

5. உளுந்து அல்கா பணியாரம்

தேவையான பொருள்கள்:

உளுத்தம்பருப்பு – கால் கிலோ

சர்க்கரை – ½ கிலோ

தேங்காய் – ½ மூடி தேங்காய்

ஏலக்காய் – 3

எண்ணெய் – ½ கிலோ

உப்பு – தேவையான அளவு

சமைக்கும்விதம்:

❖ உளுத்தம்பருப்பை ஒரு மணிநேரம் ஊறவைக்கவும். பின் தண்ணீர் வடிகட்டி எடுத்து ஊறிய உளுந்துடன் சிட்டிகை உப்பு சேர்த்து வடை மாவு பதத்துக்கு கெட்டியாக அரைத்துக் கொள்ளவும்.

❖ பின் தேங்காயை துருவி பால் எடுத்துக்கொள்ளவும். அதனுடன் சர்க்கரை, ஏலக்காய் தட்டிப் போட்டு கலக்கி வைக்கவும்.

❖ அடுத்ததாக அடுப்பில் வாணலியை வைத்து எண்ணெய் ஊற்றிக் காய்ந்தவுடன் கரண்டியில் மாவை எடுத்து எண் ணெயில் ஊற்றவும். இரண்டு புறமும் திருப்பிப் போட்டு வேகவிட்டு பொன்னிறமாக வெந்தவுடன் எடுத்து விடவும்.

❖ வெந்த பணியாரத்தை தேங்காய் பாலில் நன்றாக ஊற வைத்து, எடுத்துப் பரிமாறவும். ஆஹா! என்ன ருசி. அட்ட காசமான உளுந்து அல்கா பணியாரம் தயார்.

6. பால் கொழுக்கட்டை

தேவையான பொருள்கள்

புழுங்கல் அரிசி – 300 கிராம்

தேங்காய் – 1

வெல்லம் – ¼ கிலோ

ஏலக்காய் தூள் – 1 டீஸ்பூன்

உப்பு – ½ டீஸ்பூன்

சமைக்கும்விதம்:

❖ முதலில் பச்சரிசியையும், புழுங்கல் அரிசியையும் ஊற வைத்துக்கொள்ளவும்.

❖ தேங்காயைத் துருவி முதல் பால், இரண்டாம் பால் தனித் தனியே எடுத்து வைக்கவும்.

❖ அடுத்து ஊறவைத்த அரிசியை நீரை வடிகட்டிவிட்டு கொஞ்சம் போல உப்பு சேர்த்து கெட்டியாக அரைத்துக்கொள்ளவும். அரைத்த மாவைச் சிறு சிறு உருண்டைகளாக உருட்டி வைக்க வும்.

❖ பிறகு வெல்லத்தைக் கரைத்து வடிகட்டிக் கொள்ளவும். அதை இரண்டாம் பாலில் கலந்து சிறு தீயில் கொதிக்கவிடவும். கொதிக்க ஆரம்பித்ததும் உருட்டி வைத்துள்ள உருண்டைகளை அதில் போட்டு வேக விடவும்.

❖ உருண்டைகள் வெந்ததும் முதல் தேங்காய் பாலைச் சேர்த்து கூடவே ஏலக்காய் தூளைத் தூவி இறக்கவும். சூடாகப் பரிமாறவும்.

7. இனிப்பு சீயம்

இந்தச் செட்டிநாட்டு இனிப்பு சீயத்தை தேங்காய் பூரணம், பருப்பு பூரணம் என்று இரண்டுவிதமாகவும் செய்யலாம்.

தேவையான பொருள்கள்:

பச்சரிசி – ½ கிலோ

உளுந்து – ½ கிலோ

பொரிக்க எண்ணெய் – ½ கிலோ

உப்பு – ஒரு டேபிள் ஸ்பூன்

பூரணம் செய்வதற்குத் தேவையானவை:

கடலைப்பருப்பு – ¼ கிலோ

வெல்லம் – ¼ கிலோ

ஏலக்காய் – ஐந்து அல்லது ஆறு

நெய் – 50 கிராம்

சமைக்கும்முறை:

❖ அரிசியையும் உளுந்தையும் தண்ணீரில் மூன்று மணி நேரம் ஊற வைக்கவும்.

❖ கடலைப்பருப்பை ஒரு அரைமணி ஊறவைத்தால் போது மானது.

❖ பின் அரிசி, உளுந்தை இட்லிக்கு அரைப்பது போன்ற பதத்தில் அரைத்துக்கொண்டு தேவையான அளவு உப்பு சேர்க்கவும்.

❖ அடுத்து பூரணத்துக்கான ஆயத்தம். உற வைத்துள்ள கடலைப் பருப்பை அரை மணி நேரம் கழித்து நீரை வடித்துவிட்டு மிக்ஸி யில் போட்டு ஒன்றும் பாதியுமாக கரகரப்பாக அரைத்துக் கொள்ளவும்.

❖ அடுத்தபடியாக வெல்லத்தைத் தூளாக்கிக்கொண்டு ஒரு கப் தண்ணீர் ஊற்றிக் கரைத்து அடுப்பில் வைத்து பாகு காய்ச்சவும்.

❖ பின்னர் அடி கனமான ஒரு வாணலியை எடுத்து அடுப்பில் வைத்து நெய் ஊற்றிச் சூடானதும் அரைத்து வைத்துள்ள கடலைப்பருப்பு விழுதைப்போட்டு ரெண்டு நிமிடங்கள் வதக்கி அதனுடன் காய்ச்சிய வெல்லப்பாகு ஊற்றவும். கூடவே ஏலக்காயை தட்டிப்போட்டுக் கிளறி விழுது நன்கு கெட்டியானதும் இறக்கிவிடவும். இப்போது பூரணம் தயார்.

❖ பூரணம் சற்று ஆறினதும் இளஞ்சூட்டில் சின்னச் சின்ன உருண்டைகளாக உருட்டி வைக்கவும்.

❖ பிறகு அடுப்பில் வாணலியை வைத்து பொரிக்கத் தேவை யான எண்ணெய் ஊற்றிக் காய்ந்ததும் பூரண உருண்டைகளை ஒவ்வொன்றாக எடுத்து அரைத்து வைத்துள்ள அரிசிமாவு கலவையில் முக்கி எடுத்துப் போடவும்.

❖ உருண்டைகள் பொன்னிறமாகப் பொரிந்ததும் எடுத்து சூடாகப் பரிமாறவும். இனிப்பு சீயம் தயார்.

(பருப்பு பூரணத்துக்குப் பதிலாக தேங்காய் பூரணம் செய்தும் பயன்படுத்தலாம். அப்போது கடலைப்பருப்புக்கு பதிலாக ஒரு முழு தேங்காயை துருவிக் கொள்ளவும். வெல்லத்தைக் கரைத்து வடிகட்டவும். வாணலியில் நெய் விட்டு, தேங்காய் துருவல் சேர்த்து ஈரம் போகும்வரை கிளறிவிட்டு, அதனுடன் கரைத்த வெல்லம், ஏலக்காய்த்தூள் சேர்த்து நன்கு சுருண்டு வரும்வரை கிளறி இறக்கி ஆறவிடவும். இதுதான் தேங்காய் பூரணம்.)

8. பாசிப் பருப்பு லட்டு

தேவையான பொருள்கள்:

பாசிப் பருப்பு – ¼ கிலோ

சர்க்கரை – ¼ கிலோ

நெய் – 200 கிராம்

ஏலக்காய் தூள் – 2 ஸ்பூன்

முந்திரி– 50 கிராம்

சமைக்கும்முறை:

❖ முதலில் பாசிப் பருப்பை வெறும் வாணலியில் வாசம் வரும்வரை இளஞ்சூட்டில் வறுக்கவும்.

❖ வறுத்த பருப்பை எடுத்து மாவாக அரைத்து சலித்து எடுத்து வைத்துக்கொள்ளவும்.

❖ பருப்பைப் போலவே சர்க்கரையையும் மாவாக அரைத்து வைத்துக்கொள்ளவும்.

❖ முந்திரியை வாணலியில் ஒரு ஸ்பூன் ஊற்றி பொன்னிறமாக வறுத்து உடைத்து வைக்கவும்.

❖ அடுத்ததாக ஒரு அகலமான பாத்திரத்தில் பாசிப் பருப்பு மாவையும், சர்க்கரை மாவையும் போட்டு ஒன்றாகக் கலந்து கொள்ளவும். அதனுடன் ஏலக்காய் தூள் சேர்க்கவும். நெய்யை சூடாக உருக்கி அதையும் சேர்க்கவும்.

❖ இப்போது அனைத்தையும் ஒன்றாகக் கலந்து மிதமான சூட்டிலேயே விருப்பமான சைசில் லட்டு பிடித்து ஒரு தட்டில் வைத்து ஆற வைக்கவும்.

❖ இதோ சுவையான பாசிப்பருப்பு லட்டு தயார். இதை காற்றுப் புகாத டப்பாவில் போட்டு வைத்தால் நீண்ட நாள்கள்வரை கெடாமல் வைத்துச் சாப்பிடலாம்.

9. கவுனி அரிசி

தேவையான பொருள்கள்:

கவுனி அரிசி – ½ கிலோ

சர்க்கரை – 400 கிராம்

தேங்காய் துருவல் – ½ மூடி

நெய்– 50 கிராம்

சமைக்கும்முறை:

❖ கவுனி அரிசியை நன்றாகச் சுத்தம் செய்து முதல் நாளே அதை ஊற வைத்துவிட வேண்டும். நாளைக்கு அந்த இனிப்பைச் செய்யவேண்டுமானால் இன்று காலையே அதை ஊறப் போட்டுவிட வேண்டும்.

❖ மறுநாள் காலை கவுனி அரிசியைக் கழுவிக் களைந்து வழக்க மான அரிசிக்கு விடுவதை விட கொஞ்சம் அதிகமாகவே தண்ணீர் விட்டு வேகவிட வேண்டும். குக்கரில் வேக வைப்ப தானால் ஒரு டம்ளர் அரிசிக்கு இரண்டு டம்ளருக்கும் கொஞ் சம் அதிகமாகவே தண்ணீர் விட வேண்டும்.

❖ கவுனி அரிசி வேக அதிக நேரம் பிடிக்கும் என்பதால் குக்கரில் வேகவைப்பவர்கள் 6, 7 விசில்களுக்கும் மேலாக சிறிது நேரம் சிம்மில் வேகவிட்டு இறக்கவும்.

❖ குக்கர் திறந்ததுமே கவுனி அரிசியின் வாசம், அறை முழு வதும் கமகமக்கும். சாதம் நன்கு குழைந்திருக்க வேண்டும். இல்லாத பட்சத்தில் மேலும் கொஞ்சம் நீர் ஊற்றி வேகவைத்து இறக்கலாம். தவறு ஒன்றுமில்லை.

❖ சாதத்தை ஒரு அகலமான பாத்திரத்தில் கொட்டி அதனுடன் நெய்யை உருக்கி ஊற்றி, கூடவே சர்க்கரை மொத்தத்தையும் கொட்டி நன்றாகக் கிளறவும்.. கடைசியாக தேங்காய் துரு வலை சேர்த்து சுடச் சுடப் பரிமாறவும்.

❖ இந்த கவுனி அரிசியில் பாயசமும் வைப்பார்கள். ருசி மனத்தை அள்ளும்.

10. மனகோலம்

தேவையான பொருள்கள்:

பாசிப்பருப்பு – 1 கிலோ

பொட்டுக்கடலை – ¼ கிலோ

வெல்லம் – 1 கிலோ

சர்க்கரை – ¼ கிலோ

தேங்காய் – அரை மூடி

எண்ணெய் – 1 கிலோ

டால்டா – 100 கிராம்

நெய் – 100 கிராம்

ஏலக்காய் – 3

உப்பு – ¼ ஸ்பூன்

சமைக்கும்முறை:

❖ முதலில் பாசிப்பருப்பை வெறும் வாணலியில் மணமாக வறுத்துக்கொண்டு மிக்சியில் போட்டு அரைத்துக் கொள்ளவும்.

❖ அடுத்து வாணலியில் ஒரு ஸ்பூன் நெய் விட்டுக் காய்ந்ததும் பொட்டுக்கடலையைப்போட்டு வறுத்து எடுத்து வைக்கவும்.

❖ பின் தேங்காயை பத்தையாகக் கீறி பொடிப் பொடியாக நறுக்கிக்கொண்டு, வாணலியில் நெய் விட்டு வதக்கி எடுத்து வைக்கவும்.

❖ அடுத்ததாக அரைத்து வைத்துள்ள பாசிப்பருப்பு மாவுடன் ¼ ஸ்பூன் உப்பு, டால்டா சேர்த்து கொஞ்சம் கொஞ்சமாக தண்ணீர் விட்டு சப்பாத்தி மாவு பதத்துக்கு பிசைந்து கொள்ளவும்.

❖ அப்புறம் வாணலியில் எண்ணெய் ஊற்றிக் காய்ந்ததும் பிசைந்து வைத்துள்ள மாவை முறுக்கு அச்சில் போட்டுப் பிழிந்து விடவும். வெந்ததும் எடுத்து அகலமான தட்டில் உதிர்த்துப் போடவும்.

* அதனுடன் வதக்கி வைத்துள்ள தேங்காய், உடைச்ச கடலை சேர்த்துக் கலக்கவும். ஏலக்காயை நசுக்கித் தூளாக்கித் தூரவ வும். சர்க்கரையையும் மேலாக தூரவி விடவும்.

* கடைசியாக வெல்லத்தை நீரில் கரைத்து கம்பிப் பதத்துக்கு பாகு காய்ச்சி ஊற்றவேண்டும். பாகை மனகோலத்தின் மீது ஊற்றிக் கொண்டே, கரண்டியினால் கிளற வேண்டும். இதற்கு இன்னொரு ஆள் கூடவே இருப்பது நல்லது. ஒருவர் பாகை ஊற்றுவதும், இன்னொருவர் கரண்டியினால் கிளறுவதுமாக இருந்தால்தான் மனகோலம் கெட்டியாகாது.

* ஓகே. அவ்வளவுதான். ருசியான மனகோலம் தயார். காற்றுப் புகாமல் பாத்திரத்தில் எடுத்து வைத்துப் பரிமாறலாம்.

11. கருப்பட்டி பணியாரம்

தேவையான பொருள்கள்:

பச்சரிசி மாவு – 1 கிலோ

கருப்பட்டி – ½ கிலோ

நெய் – 100 கிராம்

எண்ணெய் – ½ கிலோ

சமைக்கும்முறை:

* கருப்பட்டி பணியாரம் செய்வதற்கு ஒருநாள் முன்னதாகவே மாவை தயார் செய்துவிட வேண்டும்.

* முதலில் கருப்படியை நீரில் கரைத்து வடிகட்டிக்கொண்டு பின் அடுப்பில் வைத்து கம்பிப்பாகு பதத்துக்கு பாகு காய்ச்சிக் கொள்ளவும்.

* காய்ச்சிய கருப்பட்டி பாகை பச்சரிசி மாவில் ஊற்றி நன்றாகக் கிளறி இறுதியாக நெய் ஊற்றிப் பிசைந்து மூடி வைக்கவும்.

* மறுநாள் மாவை தேவையான அளவுக்கு தண்ணீர் ஊற்றி இட்லி மாவு பதத்துக்கு கரைத்துக்கொள்ளவும்.

* பின் அடுப்பில் வாணலியை வைத்து எண்ணெயை ஊற்றிக் காய்ந்ததும் கரண்டியால் மாவை எடுத்து ஊற்றி இரண்டு

பக்கமும் திருப்பிப் போட்டு வேகவிட்டு பொன்னிறமாக வெந்ததும் எடுத்து விடவும். எண்ணெய் வடிந்ததும் எடுத்துப் பரிமாறவும்.

❖ அவ்வளவுதான் சுவையான கருப்பட்டி பணியாரம் தயார்.

12. பொரிமாவு

தேவையான பொருள்கள்:

அரிசி – ¼ கிலோ

வெல்லம் – ¼ கிலோ

முந்திரி – 10

திராட்சை – 15

ஏலக்காய் – 3

நெய் – 50 கிராம்

தேங்காய் துருவல் – ஒரு கப்

சமைக்கும்முறை:

❖ முதலில் அரிசியை வெறும் வாணலியில் போட்டு வறுக்கவும்.

❖ அரிசி வறுத்துப் பொரிந்ததும் மிக்சியில் போட்டு பொடித்துக் கொள்ளவும்.

❖ அடுத்து வெல்லத்தை நன்றாகப் பொடித்து சுடுதண்ணீரில் போட்டுக் கரைத்துக்கொள்ளவும்.

❖ ஒரு வாணலியில் நெய் விட்டுக் காய்ந்ததும் முந்திரி, திராட்சை, ஏலக்காய் தட்டிப் போட்டு வதக்கி அதனுடன் வெல்லத் தண்ணீரை ஊற்றிக் கொதிக்க விடவும்.

❖ வெல்லத் தண்ணீர் நன்கு கொதித்ததும் அரிசி மாவைக் கொட்டி கட்டி தட்டாமல் நன்றாகக் கிளறவும். ஒன்று சேர்ந்து வந்ததும், கடைசியாக தேங்காய் துருவல் தூவிக் கிளறிக் கலந்து இறக்கவும்.

❖ சுவையான பொரி மாவு ரெடி. உருண்டை பிடித்து சூடாகப் பரிமாறவும்

13. பால் பணியாரம்

தேவையான பொருள்கள்:

பச்சரிசி – ½ கிலோ

உளுந்து – ½ கிலோ

சர்க்கரை – ½ கிலோ

தேங்காய் – ஒன்று

பால் – ½ லிட்டர்

ஏலக்காய் – 3

எண்ணெய் – ½ லிட்டர்

உப்பு – தேவையான அளவு

சமைக்கும்முறை:

❖ அரிசியையும், உளுந்தையும் ஒன்றாகச் சேர்த்து ஒரு மணி நேரம் ஊறவைக்கவும்.

❖ முழுத் தேங்காயையும் துருவி பால் எடுத்துக்கொள்ளவும். பின் தேங்காய் பாலுடன் மாட்டுப் பால், சர்க்கரை, ஏலக்காய் தட்டிப் போட்டு கலந்துகொள்ளவும்.

❖ பிறகு ஒரு மணிநேரம் ஊறிய அரிசி, உளுந்தை தண்ணீர் அதிகம் சேர்க்காமல் தேவையான அளவு உப்பு சேர்த்து வடை மாவு பதத்துக்கு அரைத்து எடுக்கவும்.

❖ அடுப்பில் வாணலி வைத்து எண்ணெய் ஊற்றிக் காய்ந்ததும் மாவை சிறு சிறு உருண்டைகளாக கோலி குண்டு சைஸில் உருட்டிப் போட்டு பொரிக்கவும். பொன்னிறமாகப் பொரித்து எடுத்து வைக்கவும்.

❖ பின் அனைத்து உருண்டைகளையும் தயாரித்து வைத்திருக்கும் பாலில் ஊறப் போடவும். ஆறிய பிறகு எடுத்துப் பரிமாறவும்.

❖ அவ்வளவுதான் பால் பணியாரம் ரெடி.

14. உளுந்து பூந்தி

தேவையான பொருள்கள்:

உளுந்து – ¼ கிலோ

பச்சரிசி – 100 கிராம்

பல கலர் வண்ண பொடிகள் – தலா ½ ஸ்பூன்

முந்திரி – 100 கிராம்

உலர்ந்த திராட்சை – 100 கிராம்

ஏலக்காய் – 10

கலர் தேங்காய் பூ – 25 கிராம்

பொடி கல்கண்டு – 50 கிராம்

எண்ணெய் – ½ கிலோ

ஜீரா தயாரிக்க:

சர்க்கரை – ¾ கிலோ

வெண்ணிலா எசன்ஸ் – 4 துளி

சமைக்கும்முறை:

❖ உளுந்து, அரிசி இரண்டையும் தனித் தனியாக ஊற வைக்கவும்.

❖ கலர் பொடிகளை தனித் தனியே கரைத்து வைக்கவும்.

❖ அரைமணி நேரம் போனதும் ஊறிய அரிசி உளுந்தை இட்லிக்கு அரைப்பதைப்போல் அரைத்துக்கொள்ளவும்.

❖ அரைத்த மாவை நான்கைந்து கிண்ணங்களில் எடுத்து வைத்துக் கொண்டு அதில் தனித் தனியே வண்ணங்கள் சேர்த்துக் கலக்கவும்.

❖ அடுத்து ஜீரா தயாரிப்பதற்கு அடுப்பில் வாணலி வைத்து ½ தம்ளர் தண்ணீர் ஊற்றி சர்க்கரையைப் போட்டுக் கரைத்து பாகு காய்ச்சவும். கூடவே வாசனைக்கு வெண்ணிலா எசன்ஸ் சேர்க்கவும். பாகு திரண்டு வந்ததும் வாய் அகன்ற பாத்திரத் தில் ஊற்றி வைக்கவும்.

❖ அடுத்து வாணலியில் எண்ணெய் ஊற்றிக் காய்ந்ததும் பூந்தி கரண்டியில் பூந்தி மாவை ஊற்றி தேய்க்கவும். பொலபொல வென்று விழுந்து மொட்டு மொட்டாக வேகவிடவும்.

- ❖ கலர் கலராக பூந்தி அழகாக பூத்து வெந்ததும் எடுத்து பாகில் போடவும்.

- ❖ இதனுடன் ஏலக்காய், முந்திரி, திராட்சையை வறுத்து சேர்க்கவும்.

- ❖ ஒரு மணி நேரத்துக்குப் பிறகு ஊறிய பூந்தியை வேறு பாத்திரத் துக்கும் மாற்றி அதனுடன் கல்கண்டு சேர்த்து கலர் தேங்காய் பூ தூவவும்.

- ❖ மனம் மயக்கும் கண்ணைப் பறிக்கும் பூந்தியை சூடாகப் பரிமாறவும்.

15. பாசிப் பருப்பு புட்டு

தேவையான பொருள்கள்:

பாசிப்பருப்பு – ¼ கிலோ

வெல்லம் – 100 கிராம்

தேங்காய் துருவல் – கால் கப்,

ஏலக்காய்த்தூள் – ஒரு ஸ்பூன்

நெய் – 2 ஸ்பூன்

உப்பு – ஒரு சிட்டிகை.

சமைக்கும்முறை:

- ❖ பாசிப்பருப்பை களைந்து சுத்தம் செய்து ஒரு மணிநேரம் ஊற விடவும்.

- ❖ பின் அதை எடுத்து சிட்டிகை உப்பு சேர்த்து கெட்டியாக அரைக்கவும்.

- ❖ அரைத்த மாவை இட்லி பானையில் வைத்து வேக வைத்து எடுத்துக் கொள்ளவும் ஒரு அகலமான பாத்திரத்தில் உதிர்த்துப் போடவும்.

- ❖ அடுத்ததாக வெல்லத்தைக் கரைத்து தூசு தும்பு இல்லாமல் வடிகட்டி வைக்கவும்.

- ❖ பின் உதிர்த்து வைத்துள்ள மாவில் வெல்லக் கரைசலை பரவலாக கொஞ்சம் கொஞ்சமாக ஊற்றிக் கிளறவும். அடுத்து

நெய்யை ஊற்றிக் கிளறவும். கடைசியாக ஏலக்காய் தூள், தேங்காய் துருவல் சேர்த்துக் கிளறி விட்டால் பாசிப்பருப்பு புட்டு ரெடி.

16. கந்தரப்பம்

தேவையான பொருள்கள்:

பச்சரிசி – ½ கிலோ

உளுந்து – 150 கிராம்

கடலைப் பருப்பு – 1 டீஸ்பூன்

பாசிப் பருப்பு – 1 டீஸ்பூன்

வெல்லம் – ¼ கிலோ

வெந்தயம் – 1 டீஸ்பூன்

தேங்காய் – அரை மூடி

எண்ணெய் – ½ கிலோ

ஏலக்காய் தூள் – 1 ஸ்பூன்

உப்பு – தேவையான அளவு

சமைக்கும்முறை:

❖ அரிசி, உளுந்து, கடலைப்பருப்பு, பாசிப்பருப்பு, வெந்தயம், உளுந்து எல்லாவற்றையும் சுத்தம் செய்து ஒன்றாகப் போட்டு ஊறவைக்கவும்.

❖ தேங்காயைத் துருவி வைக்கவும்.

❖ வெல்லத்தை தண்ணீரில் போட்டுக் கரைத்து கொதிக்கவிடவும். கொஞ்சம் திக்கானதும் இறக்கி வடிகட்டி ஆறவைக்கவும்.

❖ அடுத்து ஊற வைத்த அரிசி, உளுந்து வகையறாவுடன் தேங் காய் துருவலையும் சேர்த்து இட்லி மாவு பதத்துக்கு அரைத்துக்கொள்ளவும்.

❖ இப்போது அரைத்த மாவுடன் வெல்லக்கரைசலையும் ஏலக்காய் தூளையும் சேர்த்து நன்கு கலந்துகொள்ளவும்.

❖ பின் வாணலியை அடுப்பில் வைத்து எண்ணெய் ஊற்றிக் காய்ந்ததும் அடுப்பை மிதமான தீயில் எரியவிட்டு அரைத்து வைத்துள்ள மாவில் ஒரு கரண்டி மாவை எடுத்து எண்ணெயில் விடவும். மாவு ஒரு பக்கம் வெந்ததும் திருப்பிப்போட்டு மறுபக்கம் வேகவிடவும். பொன்னிறமாக வெந்ததும் எடுத்து விடவும்.

❖ இந்தவிதமாக ஒவ்வொன்றாகச் சுட்டு எடுத்து சுடச் சுடப் பரிமாறவும். சுவையான கந்தரப்பம் தயார்.

17. கல்கண்டு வடை

தேவையான பொருள்கள்:

உளுந்து – ¼ கிலோ

கல்கண்டு – 300 கிராம்

உப்பு – 1 சிட்டிகை

எண்ணெய் – ½ கிலோ

சமைக்கும்முறை:

❖ பச்சரிசி, உளுந்து இரண்டையும் ஒன்றாகச் சேர்த்து தண்ணீரில் ஒரு அரைமணி நேரம் ஊற வைக்கவும்.

❖ பின் எடுத்து வடிகட்டி அதை கெட்டியாக அரைத்துக்கொள்ள வும். மாவில் சிட்டிகை அளவு உப்பு சேர்த்து அரைக்கவும். இதில் மிக முக்கியமான விஷயம்... மாவு அரைக்கும்போது துளிக்கூட தண்ணீர் சேர்க்கவேண்டாம்..

❖ மாவை வடைக்கான பதத்தில் அரைத்துக் கொண்டதும் கல் கண்டை கரைத்து மாவுடன் நன்கு கலந்து கொள்ளவும். மாவு கெட்டியாக இல்லாமல் சற்று நீர்க்க இருப்பது போல தோன்றி னால் கொஞ்சம் போல அரிசி மாவு சேர்த்துக்கொள்ளலாம்.

❖ பிறகென்ன அடுப்பில் வாணலி வைத்து எண்ணெய் ஊற்றிக் காய்ந்ததும் வடைகளாகத் தட்டிப் போட்டு வேகவைத்து எடுக்க வேண்டியதுதான். தீயை சிம்மில் வைத்துச் சுடுவது நல்லது. வடை தீய்ந்து போகாமல் பொன்னிறமாக வரும். சுவையான கல்கண்டு வடை தயார்.

18. ரவை பணியாரம்

தேவையான பொருள்கள்:

ரவை – 1 கிலோ

மைதா – ¾ கிலோ

சர்க்கரை – 1 கிலோ

ஏலக்காய் தூள் – 1 டீஸ்பூன்

எண்ணெய் – 50 கிராம்

சமைக்கும்முறை:

❖ முதலில் ஒரு அகலமான பாத்திரத்தில் ரவை, மைதா, சர்க்கரை, ஏலக்காய் தூளை ஒன்றன் பின் ஒன்றாகப் போட்டு கலக்கவும்.

❖ பின் அதன் மேல் கொஞ்சம் கொஞ்சமாக தண்ணீர் விட்டு கட்டி தட்டாமல் கெட்டியான கரைக்கவும்.

❖ கரைத்த கலவையை அரை மணி நேரம் ஊற விடவும்.

❖ பின் குழி பணியார சட்டியில் எண்ணெய் விட்டு மாவை ஊற்றி பணியாரமாகச் சுடவும்.

❖ இந்த மாவை நேரடியாகவே எண்ணெயிலும் பொரிக்கலாம். இரண்டு பக்கமும் திருப்பிப் போட்டு பொன்னிறமாக வேகவிட்டு எடுக்கவும்.

❖ சுலபமான, சுவையான ரவை பணியாரம் ரெடி.

19. செட்டிநாட்டு வெல்ல அதிரசம்

தேவையான பொருள்கள்:

அரிசி – ½ கிலோ

வெல்லம் – 400 கிராம்

ஏலக்காய் – 3

நெய் – 50 கிராம்

எண்ணெய் – ½ கிலோ

சமைக்கும்முறை:

❖ முதலில் பச்சரிசியை 4 மணி நேரம் ஊற வைக்கவும்.

❖ ஊறவைத்த அரிசியை நீரை நன்றாக வடிகட்டிவிட்டு வீட்டுக் குள்ளேயே நிழலில் ஃபேன் காற்றில் வெள்ளைத் துணி ஒன்றில் பரப்பி உலர விடவும். ஒரு பத்து பதினைந்து நிமிடம் உலர்ந்தால் போதும். அதிகம் காயவிடக்கூடாது.

❖ அரிசியை லேசான ஈரத்துடனே எடுத்து மிக்சியில் போட்டு மாவாக அரைத்துக்கொள்ளவும். அரைத்த மாவினை சலித்து வைக்கவும்.

❖ அடுத்தபடியாக வெல்லத்தை நன்கு தூளாக்கி அடிகனமான பாத்திரத்தில் வெல்லம் மூழ்கும் அளவுக்கு தண்ணீர் ஊற்றி வெல்லத்தைக் கொதிக்கவிடவும். வெல்லம் கொதித்து பாகு பதத்துக்கு வந்ததும் (கரண்டியில் எடுத்தால் கம்பி போல சொட்டவேண்டும். இதைத்தான் வெல்லப்பாகின் கம்பி பதம் என்பார்கள்) பாகில் ஏலக்காயைப் பொடித்துப் போட்டுக் கிளறவும். பிறகு வெல்லப்பாகில் சலித்து வைத்துள்ள அரிசி மாவை கொஞ்சம் கொஞ்சமாகக் கொட்டிக் கிளறவும்.

❖ மாவு கட்டி தட்டாமல் கிளறிய பிறகு அதனுடன் நெய்யைக் காய்ச்சி ஊற்றவும். மேலும் கிளறி இறக்கவும். இப்போது அதிரசத்துக்கான மாவு தயார்.

❖ அடுத்ததாக அடுப்பில் வாணலி வைத்து எண்ணெய் ஊற்றிக் காய்ந்ததும் மாவை உருண்டை பிடித்து அதிரசங்களாகத் தட்டி எண்ணெயில் போடவும். அடுப்பை சிம்மில் வைத்து அதி ரசத்தை இருபுறமும் திருப்பிப் போட்டு பொன்னிறமாக பொரித்தெடுத்து பரிமாறவும்.

❖ இந்த மாவு 10 – 15 நாள்கள் வரை கூட கெடாமல் இருக்கும். அதனால் உடனேயே பொரித்தெடுக்க வேண்டும் என்கிற கட்டாயமில்லை. அவ்வப்போது எப்போது தேவையோ அப்போது சுட்டெடுக்கலாம். மாவு கிளறியவுடனேயே சுடு வதைவிட இரண்டு நாள்களுக்குப் பிறகு சுட்டால் இன்னும் கூடுதல் சுவை என்பார்கள் ஆச்சிகள்.

❖ இந்த வெல்ல அதிரசம் போலவே சர்க்கரை அதிரசமும் செய் வதுண்டு. வெல்லப் பாகு காய்ச்சத் தெரியாதவர்கள் சர்க்கரை

அதிரசம் செய்வது சுலபம். அரிசி மாவுடன் சர்க்கரை (ஒரு கிலோ அரிசிக்கு ஒரு கிலோ சர்க்கரை) ஏலக்காய் தூள், ஆப்ப சோடா ஆகியவற்றைப் போட்டு ஒன்றாகக் கலக்கவும். 2 மணி நேரம் ஊறவிட்டால் சர்க்கரை அரிசி மாவுடன் சேர்ந்து இளகி அதிரசம் சுடுமளவுக்கு தளர்ந்து இருக்கும். அப்புறமென்ன தட்டிப் போட்டு அதிரசம் சுட்டு சாப்பிட வேண்டியதுதான்.

20. சிவப்பரிசி புட்டு

தேவையான பொருள்கள்:

சிவப்பரிசி மாவு – ஒரு கப் (கிட்டத்தட்ட ¼ கிலோ)

சர்க்கரை – 200 கிராம்

தேங்காய் துருவல் – கால் கப்

ஏலக்காய்த்தூள் – ஒரு டீஸ்பூன்

நெய் – 2 டீஸ்பூன்

சமைக்கும்முறை:

❖ சிவப்பரிசி மாவை லேசாகத் தண்ணீர் தெளித்துப் பிசிறிக் கொள்ளவும்.

❖ ஒரு மணி நேரம் வைத்திருந்து பிறகு இட்லிப் பானையில் ஆவியில் வேக வைத்து எடுக்கவும்.

❖ வேக வைத்த புட்டு மாவில் தேங்காய் துருவல், சர்க்கரை, ஏலக்காய்த்தூள், நெய் சேர்த்து நன்கு கிளறவும்.

❖ அவ்வளவுதான் சுவையான சிவப்பரிசி புட்டு தயார்.

செட்டிநாட்டு இடைப் பலகாரங்கள்

21. செட்டிநாட்டு தேங்காய்ப்பால் முறுக்கு

தேவையான பொருள்கள்

அரிசி மாவு – 1 கிலோ

உளுத்தம் மாவு – ¼ கிலோ (வறுத்து அரைத்தது)

வெண்ணெய் – 1 டேபிள் ஸ்பூன்

தேங்காய் – 1

சீரகம் – 1 டீஸ்பூன்

மிளகு – 1 டீஸ்பூன்

உப்பு – தேவையான அளவு

எண்ணெய் – 1 கிலோ

சமைக்கும்முறை

❖ முதலில் தேங்காயைத் துருவி சிறிது தண்ணீர் சேர்த்து மிக்சியில் அரைத்துக்கொள்ளவும். பின் அதை வடிகட்டி தேங்காய்ப்பால் எடுத்துவைக்கவும்.

❖ பின் அரிசி மாவு, வறுத்து அரைத்த உளுத்தம் மாவுடன் மிளகு, சீரகம் இரண்டையும் கரகரப்பாக பொடித்துச் சேர்க்கவும். தேவையான அளவு உப்பு சேர்த்து நன்கு கலந்து கொள்ளவும். கூடவே மாவுடன் வெண்ணெயைச் சேர்த்து மாவை நன்கு பிசையவும்.

❖ அடுத்ததாக பிசைந்த மாவுடன் தேங்காய் பாலையும் ஊற்றி மென்மையாகப் பிசைந்துகொள்ளவும்.

❖ கடைசியாக அடுப்பில் வாணலி வைத்து எண்ணெய் ஊற்றிக் காய்ந்ததும் முறுக்கைப் பிழிந்து விடவும். வாழை இலை, அல்லது பாலிதீன் கவர் போன்றவற்றின் மேல் முறுக்கைப் பிழிந்து அப்படியே ஒவ்வொன்றாக எண்ணெயில் விடவும். சிறு தீயாக வைத்து முறுக்கை இரண்டுபுறம் திருப்பிப் போட்டு பொன்னிறமாக பொரித்தெடுத்தால் செட்டிநாட்டு தேங்காய் பால் முறுக்கு ரெடி.

22. மசாலா சீயம்

தேவையான பொருள்கள்:

பச்சரிசி – ¼ கிலோ

உளுந்து– 200 கிராம்

சின்ன வெங்காயம் – ¼ கிலோ

பச்சை மிளகாய் – 6

தேங்காய் – ½ மூடி

கடுகு,உளுத்தம் பருப்பு – 1 ஸ்பூன்

உப்பு – தேவையான அளவு

சமைக்கும்முறை:

❖ பச்சரிசியையும் உளுந்தையும் அரைமணி நேரம் ஊற வைத்து மிருதுவாக கெட்டியாக போண்டா மாவு பதத்துக்கு அரைத்து வைத்துக் கொள்ளவும்.

❖ தேங்காயைத் துருவிக் கொள்ளவும்.

❖ சின்ன வெங்காயம், பச்சை மிளகாயை பொடிப் பொடியாக நறுக்கி வைக்கவும்.

❖ பின் அரைத்து வைத்துள்ள மாவில் கடுகு, உளுத்தம் பருப்பைத் தாளித்துக் கொட்டி, கூடவே நறுக்கி வைத்துள்ள வெங்காயம், பச்சை மிளகாய், தேங்காய்ப் பூ தேவையான அளவு உப்பு சேர்த்து கலக்கிக் கொள்ளவும்.

❖ அடுத்து அடுப்பில் வாணலி வைத்து எண்ணெய் ஊற்றிக் காய்ந்ததும் மாவை போண்டாவைப் போல் உருட்டி எண்ணெயில் போட்டுப் பொரித்து எடுக்கவும்.

❖ சுடச் சுட மசாலா சீயம் ரெடி.

23. செட்டிநாட்டு சீப்புச் சீடை

தேவையான பொருள்கள்:

பச்சரிசி – ¾ கிலோ

பொட்டுக்கடலை – ¼ கிலோ

தேங்காய் – 1

எண்ணெய் – 1 கிலோ

உப்பு – தேவையான அளவு

சமைக்கும்முறை:

❖ பச்சரிசியைக் களைந்து 1 மணி நேரம் ஊற வைத்து, பின் நிழலில் ஃபேன் காற்றில் உலர்த்தி, லேசான ஈரப்பதத்துடனே எடுத்து மிக்சியில் போட்டு மாவாக்கிக் கொள்ளவும்.

❖ அடுத்து அந்த அரிசி மாவை வெறும் வாணலியில் கொஞ்சம் கொஞ்சமாகப் போட்டு லேசான தீயில் (சிவந்து விடாமல்) வறுத்து எடுத்து, சலித்து வைத்துக் கொள்ளவும்.

❖ பின் பொட்டுக்கடலையை மிக்ஸியில் அரைத்து மாவாக்கி சலித்து வைக்கவும்.

❖ தேங்காயைத் துருவி பால் எடுத்து வைக்கவும். பின் அதைக் கொதிக்க வைத்து இறக்கவும்.

❖ அடுத்ததாக ஒரு அகலமான பாத்திரத்தில் அரிசி மாவு, பொட்டுக்கடலை மாவு, தேவையான அளவு உப்பு சேர்த்து அதன்மேல் கொதிக்க வைத்து இறக்கிய தேங்காய்ப்பாலை ஊற்றி மாவைப் பிசையவும்.

❖ பின் பிசைந்த மாவை சீப்புச் சீடைக்கென்றே உள்ள அச்சில் வைத்து, பேப்பரில், நீள நீளமாகப் பிழியவும். அதை ஒரு விரல் நீளத்திற்கு சிறு துண்டுகளாக வெட்டி கையில் வைத்து மோதிரம் போல் சுற்றிச் சுற்றி எண்ணெயில் போட்டு பொன்னிறமாகப் பொரித்து எடுக்கவும்.

❖ அவ்வளவுதான் வித்தியாசமான ருசியில் சீப்புச் சீடை ரெடி.

24. முந்திரிப் பருப்பு பக்கோடா

தேவையான பொருள்கள்:

கடலை மாவு – 1 கிலோ

அரிசி மாவு – 150 கிராம்

பெரிய வெங்காயம் – ¼ கிலோ

பச்சை மிளகாய் – 6

கறிவேப்பிலை – ஒரு கை அளவு

இஞ்சி – சிறிய துண்டு

டால்டா – ¼ கிலோ

முந்திரி – 250 கிராம்

எண்ணெய் – 1 கிலோ

உப்பு – தேவையான அளவு

சமைக்கும்முறை:

❖ வெங்காயம், பச்சை மிளகாய், இஞ்சியை பொடியாக நறுக்கிக்கொள்ளவும்.

❖ அடுத்து வாயகன்ற ஒரு பாத்திரத்தில் கடலை மாவு, அரிசி மாவு, நறுக்கி வைத்துள்ள வெங்காயம், பச்சை மிளகாய், இஞ்சி, முந்திரிப் பருப்புடன் தேவையான அளவு உப்பு சேர்த்து கூடவே டால்டா மொத்தத்தையும் போட்டு தேவை யான அளவு தண்ணீர் தெளித்துத் தெளித்து பக்கோடா மாவை பிசறிக் கொள்ளவும்.

❖ அடுப்பில் வாணலி வைத்து எண்ணெய் ஊற்றவும். எண்ணெய் நன்கு காய்ந்ததும் பிசறி வைத்த மாவுக் கலவையிலிருந்து கொஞ்சம் கொஞ்சமாக எடுத்துப் போட்டுப் பொரிக்கவும்.

❖ நன்கு வெந்து பொன்னிறமானதும் எடுத்து பாத்திரத்தில் போட்டு பொரித்த பக்கோடாவின் மேல் கருவேப்பிலையைப் பொரித்துக் கொட்டவும்.

❖ அவ்வளவுதான் ருசியான முந்திரி பக்கோடா ரெடி.

25. புதினா ஓமப்பொடி

தேவையான பொருள்கள்:

புதினா – 1 கட்டு

கடலை மாவு – 400 கிராம்

பச்சரிசி மாவு – 200 கிராம்

மிளகாய் தூள் – 2 டீஸ்பூன்

டால்டா – 1 டீஸ்பூன்

நெய் – 1 டீஸ்பூன்

உப்பு – தேவையான அளவு

எண்ணெய் – ½ கிலோ

சமைக்கும்முறை:

❖ முதலில் புதினா இலையைக் கிள்ளி சுத்தம் செய்து அதை மிக்சியில் போட்டு அரைத்துக் கொள்ளவும். அரைத்த விழுதை சாறு பிழிந்து வடிகட்டி வைத்துக்கொள்ளவும்.

❖ அடுத்ததாக கடலை மாவு, அரிசி மாவு, மிளகாய் தூள், தேவையான அளவு உப்பு ஆகியவற்றுடன் பிழிந்து வைத் துள்ள புதினாச் சாறையும் சேர்த்து டால்டா, நெய் விட்டுப் பிசைந்து கொள்ளவும்.

❖ அவ்வளவுதான் மாவுக் கலவை ரெடி.

❖ அடுப்பில் வாணலி வைத்து எண்ணெய் ஊற்றிக் காய்ந்ததும் ஓமப்பொடி அச்சில் மாவுக் கலவையைப் போட்டு, எண்ணெ யில் பிழிய வேண்டும்.

❖ ஓமப்பொடி நன்கு வெந்ததும் எடுத்து உலர்ந்த காற்றுப் புகாத பாத்திரத்தில் போட்டு மூடி வைத்து விடவும்.

அவ்வளவுதான் ... கமகமக்கும் சுவையான புதினா ஓமப்பொடி தயார். தேவையான போது திறந்து எடுத்துப் பரிமாறவும்.

26. மிளகாய் பூரண பஜ்ஜி

தேவையான பொருள்கள்:

பஜ்ஜிக்கு:

நீளமான பஜ்ஜி மிளகாய் – 10

கடலை மாவு – 200 கிராம்

அரிசி மாவு – 2 டீஸ்பூன்

மிளகாய் தூள் – ½ டீஸ்பூன்

பெருங்காயத்தூள் – 2 சிட்டிகை

சமையல்சோடா – ½ சிட்டிகை

உப்பு – தேவையான அளவு

எண்ணெய் – ½ கிலோ

பூரணம் செய்வதற்கு:

கடலை மாவு – 100 கிராம்

மிளகாய்த்தூள் – அரை டீஸ்பூன்

சீரகத் தூள் – 1 டீஸ்பூன்

கரம் மசாலா தூள் – 1 சிட்டிகை

எலுமிச்சை சாறு – 1 டேபிள் ஸ்பூன்

உப்பு – தேவையான அளவு

சமைக்கும்முறை:

❖ முதலில் மிளகாய் பஜ்ஜிக்குத் தேவையான பூரணத்தை முதலில் செய்து கொள்ளவேண்டும். அதற்கு அடுப்பில் வாணலி வைத்து ஒரு ஸ்பூன் எண்ணெய் ஊற்றிக் காய்ந்ததும் தீயை மிகவும் குறைவாக வைத்துக் கொண்டு கடலை மாவை வறுத்துக்கொள்ளவும். மாவு நிறம் மாறி வாசனை வந்ததும் இறக்கி ஆறவிட்டுவிடவும்.

❖ மாவு ஆறியதும் அதனுடன் மிளகாய் தூள், சீரகத் தூள், கரம் மசாலாத் தூள், எலுமிச்சை சாறு, தேவையான அளவு உப்பு சேர்த்துக் கலந்துகொள்ளவும்.

❖ அடுத்ததாக பஜ்ஜி மிளகாய்களை ஒவ்வொன்றாக எடுத்து லேசாக நீளவாட்டில் கீறி, உள்ளே இருக்கும் விதைகளை உதறி விட்டு, அதனுள் நாம் ஏற்கெனவே செய்து வைத் திருக்கும் கடலை மாவு பூரணத்தை நன்கு நிரப்பவும்.

❖ அடுத்து பஜ்ஜிக்கான மாவைத் தயாரிக்க பஜ்ஜிக்கான கடலை மாவு, அரிசி மாவு இரண்டையும் கலந்துகொண்டு, அதனுடன் மிளகாய் தூள், பெருங்காயத் தூள், சமையல் சோடா எல்லாவற் றையும் போட்டுக் கலந்துகொண்டு கொஞ்சம் கொஞ்சமாக தண் ணீர் சேர்த்து பஜ்ஜி மாவு பதத்துக்குக் கரைத்துக் கொள்ளவும்.

❖ இப்படி எல்லாவற்றையும் தயார் செய்து முடித்ததும் மீண்டும் அடுப்பில் வாணலி வைத்து பஜ்ஜி பொரிப்பதற்காக எண்ணெய் ஊற்றவும்.

❖ எண்ணெய் காய்ந்ததும் பூரணம் நிரப்பப்பட்ட மிளகாய்களை ஒவ்வொன்றாக மாவில் நனைத்தெடுத்து, எண்ணெயில் போட்டு நன்கு வேகவிட்டெடுங்கள். பஜ்ஜி நன்கு பொன் னிறத்தில் வெந்ததும் எடுத்து சுடச் சுட பரிமாறவும்.

❖ அவ்வளவுதான் ருசியான மிளகாய் பூரண பஜ்ஜி ரெடி.

27. அறுசுவை தேன்குழல்

தேவையான பொருள்கள் :

பச்சரிசி – 1 கிலோ

உளுத்தம் பருப்பு – 300 கிராம்

சீரகம் – 1 ஸ்பூன்

எண்ணெய் – ½ கிலோ

உப்பு – தேவையான அளவு

சமைக்கும்முறை:

❖ முதலில் பச்சரிசியைத் தண்ணீரில் நன்றாகக் கழுவி வடிகட்டி வீட்டுக்குள்ளேயே ஃபேன் காற்றில் உலர்த்தவும்.

❖ அடுத்து உளுத்தம் பருப்பை வெறும் வாணலியில் இலேசாக பொன்னிறத்தில் வறுத்து எடுக்கவும்.

❖ அரிசி, உளுந்து இரண்டையும் மாவாக்கிக்கொள்ளவும்.

❖ பிறகு வாயகன்ற ஒர் பாத்திரத்தில் இரண்டு மாவையும் போட்டு கூடவே சீரகம், தேவையான அளவு உப்பு போட்டு அளவாக தண்ணீர் விட்டு சற்று கெட்டியாகப் பிசைந்துகொள்ளவும்.

❖ பின் மாவைச் சிறிதாக உருட்டி தேன் குழல் அச்சில் போட்டுக் கொள்ளவும்.

❖ அடுப்பில் வாணலி வைத்து எண்ணெய் ஊற்றிக் காய்ந்ததும் தேன் குழல் அச்சை வைத்து வாணலி எண்ணெயில் நேரடி யாக வட்டமாக முறுக்குப் பிழிந்து விடவும்.

❖ தீயைச் சிறிதாக்கி பொன்னிறமாக இரு புறம் திருப்பி விட்டு வெந்ததும் எடுத்து விடவும்.

❖ சுவையான தேன்குழல் தயார்.

28. ஓலைப் பக்கோடா

தேவையான பொருள்கள்:

புழுங்கல் அரிசி – ½ கிலோ

பொட்டுக்கடலை– 250 கிராம்

மிளகாய் தூள் – 1 டீஸ்பூன்

வெண்ணெய் – 3 டேபிள் ஸ்பூன்

எண்ணெய் – ½ கிலோ

உப்பு – தேவையான அளவு

சமைக்கும்முறை:

❖ அரிசியைக் கழுவிக் களைந்து இரண்டு மணி நேரம் ஊற விடவும். பின் தண்ணீரை வடிகட்டி கெட்டியாக மிருதுவாக அரைத்துக் கொள்ளவும்.

❖ அடுத்து பொட்டுக்கடலையை மிக்சியில் போட்டு மாவாக அரைத்துக்கொள்ளவும்.

❖ பின் அரிசி மாவுடன் பொட்டுக்கடலை மாவையும் கலந்து கூடவே மிளகாய் தூள், வெண்ணெய், தேவையான அளவு உப்பு சேர்த்துப் பிசைந்து கொள்ளவும்.

❖ கடைசியாக அடுப்பில் வாணலி வைத்து எண்ணெய் ஊற்றிக் காய்ந்ததும் ஓலைப் பக்கோடா அச்சில் மாவைப் போட்டுப் பிழிந்து விடவும். நன்றாக வெந்து பொன்னிறமாக ஆனதும் எடுத்து விடலாம்.

❖ அவ்வளவுதான் ருசியான ஓலைப் பக்கோடா தயார்.

29. வாழைப்பூ வடை

தேவையான பொருள்கள்:

வாழைப்பூ – 1

கடலைப்பருப்பு – 300 கிராம்

பெரிய வெங்காயம் – 1

மிளகாய் வற்றல் – 5

சோம்பு – 1 டேபிள் ஸ்பூன்

உப்பு – தேவையான அளவு

எண்ணெய் – ½ கிலோ

சமைக்கும்முறை:

❖ முதலில் கடலைப் பருப்பை நீரில் அரைமணி நேரம் ஊற வைக்கவும்.

❖ அடுத்து வாழைப்பூவை இலைகளை நீக்கி நரம்பு, கண்ணாடி இழைகளை நீக்கி ஆய்ந்து கொண்டு 2 ஸ்பூன் மோர் கலந்த நீரில் போட்டு வைக்கவும். பூ அப்போதுதான் கறுக்காமலும், கசக்காமலும் இருக்கும்.

❖ அடுத்ததாக வெங்காயத்தை பொடியாக நறுக்கி வைக்கவும்.

❖ எல்லாம் முடிந்ததும் ஊறவைத்த கடலைப்பருப்பை எடுத்து அதனுடன் சோம்பு, மிளகாய் சேர்த்து ஒன்றும் பாதியுமாக கரகரப்பாக அரைத்துக் கொள்ளவும். கடைசியாக அதனுடன் வாழைப்பூவை சேர்த்து ஒரு சுற்று சுற்றி எடுக்கவும்.

❖ பின் அரைத்த மாவுடன் அரிந்து வைத்துள்ள வெங்காயத்தை யும் தேவையான அளவு உப்பையும் சேர்த்துப் பிசைந்து கொள்ளவும்.

❖ கடைசியாக அடுப்பில் வாணலி வைத்து எண்ணெய் ஊற்றிக் காய்ந்ததும் மாவை வடையாகத் தட்டிப் போடவும்.

❖ இரண்டு பக்கமும் திருப்பிப் போட்டு பொன்னிறமாக வடை வெந்ததும் எடுத்து சூடாகப் பரிமாறவும்.

❖ அவ்வளவுதான் வாழைப்பூ வடை தயார். இதற்கு தொட்டுக் கொள்ள பொட்டுக்கடலை தேங்காய் சட்னி நல்ல காம்பி னேஷன்.

30. பூண்டு காராசேவ்

தேவையான பொருள்கள்:

பச்சரிசி மாவு – ¾ கிலோ

உளுந்து – 150 கிராம்

சீரகம் – ¼ ஸ்பூன்

மிளகு – ½ ஸ்பூன்

பெருங்காயம் – ஒரு சிட்டிகை

பூண்டு – 10 அல்லது 12 பல்

வெண்ணெய் – 2 டேபிள் ஸ்பூன்

எண்ணெய் – 1 கிலோ

சமைக்கும்முறை:

❖ முதலில் அடுப்பில் வாணலி வைத்து உளுந்தை வெறுமனே பொன்னிறமாக வறுத்துக் கொள்ளவும்.

❖ வறுத்த உளுந்தை மாவாக அரைத்து சலித்து எடுத்து வைக்கவும்.

❖ அடுத்து பூண்டை நன்றாக அரைத்து விழுதாக்கிக் கொள்ளவும்.

❖ அடுத்தபடியாக வாயகன்ற பாத்திரத்தை எடுத்துக்கொண்டு அதில் அரிசி மாவுடன் உளுந்து மாவைக் கலந்து, கூடவே மிளகு, சீரகம், பெருங்காயம், பூண்டு விழுது கடைசியாக வெண் ணெய் அனைத்தையும் போட்டு பிசைந்து கொள்ளவும்.

❖ பின் சிறிதளவு தண்ணீர் சேர்த்து, மாவை கெட்டிப் பதமாக்கி வைக்கவும்.

❖ அடுப்பில் வாணலி வைத்து எண்ணெய் ஊற்றிக் காய்ந்ததும் மாவை எடுத்து காராசேவ் அச்சில் வைத்துத் தேய்த்து காரா சேவை பிழிந்து விடவும். பொன்னிறமாகப் பொரித் தெடுக்கவும்.

❖ அவ்வளவுதான் காரசாரமான பூண்டு காராசேவ் சுடச் சுட தயார்.

தேவையான பொருள்கள்:

பச்சரிசி – 100 கிராம்

புழுங்கலரிசி – 100 கிராம்

துவரம் பருப்பு – 100 கிராம்

கடலைப் பருப்பு – 100 கிராம்

மிளகாய் வத்தல் – 8 அல்லது 10

சீரகம் – 1 டீஸ்பூன்

பெருங்காயம் – 2 சிட்டிகை

தேங்காய் துருவல் – 3 ஸ்பூன்

கறிவேப்பிலை – ஒரு கொத்து

உப்பு – தேவையான அளவு

எண்ணெய் – ½ கிலோ

சமைக்கும்முறை:

❖ பச்சரிசி, புழுங்கல் அரிசி, துவரம் பருப்பு, கடலைப் பருப்பு நான்கையும் நன்றாகக் கழுவி சுமார் ஒரு மணிநேரம் ஊன் றாகவே ஊறவைக்கவும்.

❖ பிறகு ஊறவைத்த அரிசி, பருப்பு வகைகளோடு மிளகாய் வத்தல், தேங்காய் துருவல், பெருங்காயம், தேவையான அளவு உப்பு சேர்த்து கரகரப்பாகக் கெட்டியாக அரைத்து எடுத்துக் கொள்ளவும்.

❖ அடுத்ததாக அடுப்பில் வாணலி வைத்து ஒரு ஸ்பூன் எண் ணெய் ஊற்றிக் காய்ந்ததும் சீரகம் பெருங்காயம் தாளித்து அரைத்து வைத்துள்ள மாவில் கொட்டிக் கலக்கவும்.

❖ பிறகு மீண்டும் அடுப்பில் வாணலி வைத்து வடை பொரிப் பதற்கான எண்ணெய் ஊற்றவும். எண்ணெய் காய்ந்ததும் மாவை சிறு சிறு போண்டாக்களாக உருட்டிப் போடவும். சிறு தீயில் வேகவிடவும்.

- ❖ போண்டா நன்கு வெந்து சிவந்ததும் எடுத்து சுடச் சுடப் பரிமாறவும்.

- ❖ சுவையான கார போண்டா ரெடி.

32. உளுத்தம் பருப்பு தட்டை வடை

தேவையான பொருள்கள்:

உளுத்தம்பருப்பு – ¼ கிலோ

மிளகு – 1 டீஸ்பூன்

சீரகம் – ½ ஸ்பூன்

பெருங்காயம் தூள் – ¼ ஸ்பூன்

உப்பு – தேவையான அளவு

எண்ணெய் – ½ கிலோ

சமைக்கும்முறை:

- ❖ முதலில் உளுத்தம் பருப்பை இரண்டு மணி நேரம் ஊற வைத்துக்கொள்ளவும்.

- ❖ மிளகு, சீரகத்தை பொடித்து வைக்கவும்.

- ❖ பின் ஊறவைத்துள்ள உளுத்தம் பருப்பை தண்ணீரை நன்றாக வடித்துவிட்டு மிக்சியில் போட்டு ஒன்றும் பாதியுமாக கொர கொரப்பாக அரைத்துக் கொள்ளவும். இரண்டு சுற்று சுற்றி அரைத்தால் போதும்.

- ❖ அடுத்து அரைத்து வைத்துள்ள உளுந்துடன் பொடித்து வைத்துள்ள மிளகு, சீரகம், பெருங்காயத்தூள் மற்றும் தேவையான அளவு உப்பு சேர்த்து கலந்து கொள்ளவும்.

- ❖ அடுப்பில் வாணலி வைத்து எண்ணெய் ஊற்றிக் காய்ந்ததும் மாவை சின்னச் சின்ன உருண்டைகளாக எடுத்துக்கொண்டு தட்டைகளாக மெல்லியதாகத் தட்டிக் கொண்டு எண்ணெயில் போட்டு பொரிக்கவிடவும். தீயை சிம்மில் வைத்துக்கொண்டு பொன்னிறமாக மொறு மொறுப்பாக வந்ததும் எடுத்துப் போடவும்.

- ❖ அவ்வளவுதான் சுவையான உளுத்தம் பருப்பு தட்டை ரெடி.

33. கை முறுக்கு

தேவையான பொருள்கள்:

அரிசி மாவு – ½ கிலோ

உளுத்தம் மாவு – 50கிராம்

சீரகம் – 100 கிராம்

வெண்ணெய் – ¼ கிலோ

டால்டா – 25 கிராம்

உப்பு – தேவையான அளவு

எண்ணெய் – 1 கிலோ

சமைக்கும்முறை:

❖ முதலில் வாய் அகலமான ஓர் பாத்திரத்தை எடுத்துக்கொண்டு அரிசி மாவு மற்றும் உளுத்தம் மாவு இரண்டையும் போடவும். கூடவே சீரகம், தேவையான அளவு உப்பு சேர்த்துக் கொள்ள வும். டால்டா, வெண்ணெய் இரண்டையும் உருக்கி எடுத்து மாவின் மேல் ஊற்றவும். எல்லாவற்றையும் சேர்த்து நன் றாகப் பிசையவும். பிறகு மாவின் மேல் இரண்டு தம்ளர் தண் ணீரை கொஞ்சம் கொஞ்சமாக ஊற்றிப் பிசைந்துகொள்ளவும். மாவை மிகவும் தளர்வாக இல்லாமல் சற்று கெட்டியாகப் பிசைந்துகொள்ளவும்.

❖ அடுத்து பிசைந்து வைத்த மாவில் சிறு உருண்டை எடுத்துக் கொண்டு ஒரு பேப்பரின் மேல் முறுக்கைச் சுற்றவும். (கையால் சுற்றத் தெரியாதவர்கள், கடையில் விற்கும் கைமுறுக்கு அச்சு அல்லது நாழி உபயோகப்படுத்திக் கொள்ளலாம்.) முறுக்குகள் சுற்றி முடித்த பிறகு சிறிது நேரம் ஃபேன் காற்றில் உலரவிடவும்.

❖ அடுத்ததாக அடுப்பில் வாணலி வைத்து எண்ணெய் ஊற்றவும். எண்ணெய் காய்ந்ததும் சுற்றி வைத்துள்ள முறுக்கை நான்கோ ஐந்தோ வாணலியின் கொள்ளளவுக்குத் தகுந்தபடி போடவும். முறுக்கைப் போட்டவுடன் எண்ணெய் நுரைத்து வரும். எண்ணெய் நுரைத்து வருவது குறைந்தவுடன், முறுக்கு சிவந்து இரண்டு புறமும் பொன்னிறமாக வெந்ததும், முறுக்கினை எடுத்து எண்ணெய் வடிகட்டியில் போட்டு வடியவிடவும்.

❖ அவ்வளவுதான் சுவையான செட்டிநாட்டு கை முறுக்கு ரெடி.

34. மைதா கார போண்டா

தேவையான பொருள்கள்:

மைதா மாவு – 100 கிராம்

அரிசி மாவு – 50 கிராம்

பெரிய வெங்காயம் – 2

பச்சை மிளகாய் – 2

சமையல் சோடா – ஒரு சிட்டிகை

உப்பு – அரை தேக்கரண்டி

எண்ணெய் – ½ கிலோ

சமைக்கும்முறை:

❖ முதலில் வெங்காயம் பச்சை மிளகாயை பொடியாக நறுக்கிக் கொள்ளவும்.

❖ அடுத்ததாக வாயகன்ற ஒரு பாத்திரத்தில் மைதா மாவு, அரிசி மாவு, வெங்காயம், பச்சை மிளகாய், தேவையான அளவு உப்பு, சமையல் சோடா எல்லாவற்றையும் போட்டு பிசறிக் கலக்கவும்.

❖ அடுத்து மாவில் அரை தம்ளர் தண்ணீரை கொஞ்சம் கொஞ்ச மாக ஊற்றி திக்கான தோசை மாவு பதத்துக்கு கரைத்து வைத்துக் கொள்ளவும்.

❖ பிறகு அடுப்பில் வாணலி வைத்து எண்ணெய் ஊற்றிக் காய்ந்த தும் மாவை ஒரு கரண்டியில் மொண்டு குட்டிக் குட்டியாக ஊற்றவும். உருண்டு திரண்டு போண்டாவாக வேகும்.

❖ உருண்டைகளை நன்கு புரட்டிப் புரட்டி நாலாபுறமும் வேகவிட்டு பொன்னிறமாக வெந்ததும் எடுத்து சுடச் சுட தேங்காய் சட்னியுடன் பரிமாறவும்.

❖ அவ்வளவுதான் சுலபமான சுவையான மைதா கார போண்டா ரெடி.

35. காலிஃப்ளவர் பஜ்ஜி

தேவையான பொருள்கள்:

காலிஃப்ளவர் – 1

கடலை மாவு – ¼ கிலோ

அரிசி மாவு – 50 கிராம்

சோள மாவு – 2 டீஸ்பூன்

இஞ்சி, பூண்டு விழுது – 1 டீஸ்பூன்

பெருங்காயத்தூள் – அரை டீஸ்பூன்

மிளகாய் தூள் – 1 டீஸ்பூன்

உப்பு – தேவையான அளவு

எண்ணெய் – ½ கிலோ

சமைக்கும்முறை:

❖ காலிஃப்ளவரை சின்னச் சின்னத் துண்டுகளாக்கி உப்பு கலந்த சுடுநீரில் ஓரிரு நிமிடங்கள் போட்டு எடுக்கவும். இப்படிச் செய்தால் காலிஃப்ளவரில் ஏதாவது கண்ணுக்குத் தெரியாத புழுக்கள் இருந்தால் போய் விடும்.

❖ அடுத்து வாயகன்ற ஒரு பாத்திரத்தில் கடலை மாவு, அரிசி மாவு, சோள மாவு எல்லாவற்றையும் போட்டு அதனுடன் இஞ்சி பூண்டு விழுது, மிளகாய் தூள், தேவையான அளவு உப்பு அனைத்தையும் சேர்த்துக் கலந்து கொஞ்சம் போல தண்ணீர் சேர்த்து கெட்டியாகக் கரைத்துக் கொள்ளவும். (இட்லி மாவை விட இன்னும் கொஞ்சம் கெட்டியான பதத்தில் இருக்கலாம்.)

❖ கரைத்து வைத்துள்ள மாவில் காலிஃப்ளவர் துண்டுகளைப் போடுங்கள்.

❖ பிறகு அடுப்பில் வாணலி வைத்து எண்ணெய் ஊற்றிக் காய்ந்ததும் காலிஃப்ளவர் துண்டுகளை மாவில் முக்கி புரட்டியெடுத்து எண்ணெயில் தூவினாற்போல் போட்டு, வேகவிடுங்கள்.

❖ பொன்னிறமாக வெந்ததும் எடுத்து சுடச் சுடப் பரிமாறுங்கள்.

❖ அவ்வளவுதான் காரசாரமான காலிஃப்பிளவர் பஜ்ஜி ரெடி. இதற்கு தொட்டுக்கொள்ள ஏதுமே தேவையில்லை. தேவைப் படுபவர்கள் தக்காளி சாஸ் தொட்டுக்கொண்டு சாப்பிடலாம்.

36. வாழைப்பூ தனி பஜ்ஜி

தேவையான பொருள்கள்:

வாழைப்பூ – ஒரு முழு பூ

கடலை மாவு – ¼ கிலோ

பச்சரிசி மாவு – 1 டேபிள் ஸ்பூன்

சோம்பு – ½ டீஸ்பூன்

சீரகத்தூள் – ½ டீஸ்பூன்

மிளகுத்தூள் – ½ டீஸ்பூன்

தனியா கலக்காத

பச்சை மிளகாய் தூள் – 1 டீஸ்பூன் (அதிக காரம்
வேண்டுமென்றால் மேலும் ½ ஸ்பூன்)

சமையல் சோடா – 2 சிட்டிகை

பொட்டுக்கடலை – 2 டீஸ்பூன்

உப்பு – தேவையான அளவு

எண்ணெய் – ½ கிலோ

சமைக்கும்முறை:

❖ வாழைப்பூவை இலைகளை நீக்கி நரம்பு, கண்ணாடி இழை களை நீக்கி ஆய்ந்து சுத்தம் செய்து கொள்ளவும். பின் நறுக்காமல் அப்படியே கொதிக்கும் நீரில் போட்டு 5 நிமிடம் வேகவைத்து எடுத்துக் கொள்ளவும்.

❖ அடுத்து பொட்டுக்கடலையுடன் சோம்பு சேர்த்து விழுது போல அரைத்துக்கொள்ளவும்.

❖ பின் கடலைமாவு, பச்சரிசிமாவுடன் அரைத்த விழுது, சமையல் சோடா கூடவே பச்சை மிளகாய் தூள், சீரகத்தூள், மிளகுத்தூள் கலந்து தேவையான அளவு உப்பு சேர்த்துக் கொண்டு பஜ்ஜி மாவு பதத்துக்கு தண்ணீர் விட்டு கரைக்கவும்.

❖ அடுப்பில் வாணலி வைத்து எண்ணெய் ஊற்றிக் காய்ந்ததும் பஜ்ஜி மாவில் வேக வைத்த வாழைப்பூவை தோய்த்தெடுத்து எண்ணெயில் போடவும். வெந்ததும் பொன்னிறமாக பொரித்து எடுத்தால் சுவையான செட்டிநாட்டு வாழைப்பூ தனி பஜ்ஜி ரெடி.

37. மெதுபோண்டா

தேவையான பொருள்கள்:

கடலை மாவு – ½ கிலோ

மிளகாய் வற்றல் – 6

முந்திரி பருப்பு – 10

இஞ்சி – சிறு துண்டு

கறிவேப்பிலை – ஒரு கொத்து

ஆப்பசோடா – 1 சிட்டிகை

டால்டா – 50 கிராம்

எண்ணெய் – ½ கிலோ

உப்பு – தேவையான அளவு

சமைக்கும்முறை:

❖ அடுப்பில் வாணலி வைத்து ஒரு டீஸ்பூன் எண்ணெய் விட்டுக் காய்ந்ததும் மிளகாய் வற்றலை வறுத்து அம்மியில் (அல்லது) மிக்சியில் அரைத்துக்கொள்ளவும். இஞ்சி, கருவேப்பிலையை பொடிப் பொடியாக நறுக்கிக் கொள்ளவும்.

❖ பின் வாயகன்ற ஒரு பாத்திரத்தில் கடலை மாவு, கூடவே டால்டா, அரைத்து வைத்துள்ள மிளகாய் பொடி, பொடியாக நறுக்கிய இஞ்சி, கருவேப்பிலை, முந்திரி பருப்பு, ஆப்பசோடா எல்லாவற்றையும் போட்டு கொஞ்சம், கொஞ்சமாக தண்ணீர் சேர்த்து போண்டா மாவு பதத்துக்கு பிசைந்துகொள்ளவும்.

❖ அடுப்பில் வாணலி வைத்து எண்ணெய் ஊற்றிக் காய்ந்ததும் குட்டி குட்டி போண்டாக்களாக உருட்டிப் போட்டு வேக விடவும். மாவு நன்கு வெந்து பொன்னிறமானதும் எடுத்து தேங்காய் சட்னியுடன் சுடச் சுடப் பரிமாறவும்.

❖ செட்டிநாட்டு மெது போண்டா ரெடி.

38. கோஸ் வடை

தேவையான பொருள்கள்:

உளுத்தம் பருப்பு – ¼ கிலோ

கோஸ் – 150 கிராம்

இஞ்சி – 1 துண்டு

பச்சை மிளகாய் – 4

கறிவேப்பிலை – ஒரு கொத்து

சீரகம் – 1 டீஸ்பூன்

பெருங்காயத் தூள் – ஒரு சிட்டிகை

உப்பு – தேவையான அளவு

எண்ணெய் – ½ கிலோ

சமைக்கும்முறை:

❖ உளுத்தம் பருப்பைக் கழுவி ஒரு மணி நேரம் ஊற வைக்கவும்.

❖ பருப்பு ஊறும் நேரத்துக்குள் கோசை நன்கு பொடிப் பொடியாக நறுக்கிக் கொள்ளவும். இஞ்சியும் பொடியாக அரிந்து வைக்கவும்.

❖ அடுத்தபடியாக ஊறின உளுத்தம் பருப்பை தண்ணீர் வடிகட்டி விட்டு அதனுடன் பச்சை மிளகாய் சேர்த்து நைசாக மெத் தென்று அரைத்துக் கொள்ளவும்.

❖ பிறகு அரைத்த மாவுடன் பொடியாக நறுக்கிய கோஸ், இஞ்சி, சீரகம், பெருங்காயம், உப்பு சேர்த்துக் கலந்து கொள்ளவும்.

❖ அடுப்பில் வாணலி வைத்து எண்ணெய் ஊற்றிக் காய்ந்ததும் மாவை எடுத்து மெல்லிய வடைகளாகத் தட்டிப் போடவும்.

❖ வடை ஒரு புறம் சிவந்ததும் மறுபுறம் திருப்பிப் போட்டு வடை நன்கு வெந்ததும் எடுத்து தேங்காய் சட்னியுடன் சுடச் சுடப் பரிமாறவும்.

❖ வெங்காயத்துக்குப் பதிலாக கோஸ் சேர்த்துச் செய்யும் இந்த வடை அட்டகாசமான ருசியுடன் அருமையாக இருக்கும்.

❖ இதே வடையை கடலைப்பருப்பு ¼ கிலோ ஊறப்போட்டு அரைத்து மற்றபடி இந்த வடைக்குச் சொல்லப்பட்ட அதே அயிட்டங்கள் சேர்த்தும் செய்து ருசிக்கலாம். இந்த வடை மொறுமொறுப்பாக இருக்கும்.

39. வரகு கார அப்பம்

தேவையான பொருள்கள்:

வரகு – 400 கிராம்

உளுந்து – 100 கிராம்

சின்ன வெங்காயம்– 100 கிராம்

இஞ்சி – ஒரு சிறு துண்டு

பச்சை மிளகாய் – 4

தேங்காய் – ½ மூடி (துருவிக் கொள்ளவும்)

புளித்த மோர் – கால் டம்ளர்

கடுகு, சீரகம் – தலா ¼ ஸ்பூன்

கருவேப்பிலை – ஒரு கொத்து

உப்பு –தேவையான அளவு

சமைக்கும்முறை:

❖ வரகு அரிசியை மற்றும் உளுந்தைக் கழுவிக் களைந்து அத னுடன் தேங்காய் துருவல், இஞ்சி,பச்சை மிளகாய் தேவை யான அளவு உப்பு சேர்த்து அரைத்துக் கொள்ளவும்.

❖ அரைத்த மாவுடன் மோர் சேர்த்து தோசை மாவு பதத்துக்குக் கரைத்துக்கொள்ளவும்.

❖ வெங்காயத்தைப் பொடியாக நறுக்கி வைக்கவும்.

❖ அடுத்ததாக அடுப்பில் வாணலி வைத்து ஒரு குழிக் கரண்டி எண்ணெய் ஊற்றிக் காய்ந்ததும் கடுகு,சீரகம்,கறிவேப்பிலை போட்டுத்தாளித்து,நறுக்கி வைத்துள்ள சின்ன வெங்காயத்தைப் போட்டு வதக்கி மாவில் கொட்டவும்.

❖ பிறகு குழிப்பணியாரச் சட்டியில் மாவை ஊற்றி எடுத்தால் சுவையான சத்தான வரகு அப்பம் ரெடி.

❖ தொட்டுக்கொள்ள மிளகாய் சட்னியுடன் சாப்பிட்டால் சுவை தூக்கலாக இருக்கும். (அரை வெங்காயம், ஒரு தக்காளி, 5 மிளகாய் வத்தல், பூண்டு ஒரு பல், கோலி குண்டு அளவு புளி, தேவையான அளவு உப்பு எல்லாவற்றையும் ஒன்றாகச் சேர்த்து அரைத்து, கடுகு உளுந்து, பெருங்காயம் தாளித்தால் மிளகாய் சட்னி ரெடி.)

40. மெதுபக்கோடா

தேவையான பொருள்கள்:

கடலை மாவு – ¼ கிலோ

அரிசிமாவு – 100 கிராம்

பெரிய வெங்காயம் – 2

பச்சைமிளகாய் – 4

கொத்தமல்லித்தழை – கைப்பிடி அளவு

இஞ்சி – ஒரு சிறு துண்டு

சமையல் சோடா – ஒரு சிட்டிகை

உப்பு – தேவையான அளவு

டால்டா – 50 கிராம்

எண்ணெய் – ½ கிலோ

சமைக்கும்முறை:

❖ வெங்காயம், பச்சை மிளகாய், இஞ்சி, கொத்தமல்லித்தழை எல்லாவற்றையும் பொடியாக நறுக்கிக் கொள்ளவும்.

❖ அடுத்தபடியாக ஒரு வாயகன்ற பாத்திரத்தை எடுத்துக் கொண்டு கடலை மாவு, அரிசி மாவை ஒன்றாகச் சேர்த்துக் கலக்கவும். கூடவே அதனுடன் டால்டா, சமையல் சோடா, தேவையான அளவு உப்பு சேர்த்துக் கலக்கவும்.

❖ பின் கலக்கின மாவுடன் நறுக்கி வைத்துள்ள வெங்காயம், பச்சை மிளகாய், இஞ்சி, கொத்தமல்லித் தழை எல்லாவற்றை யும் போட்டு தண்ணீர் சேர்த்து கெட்டியாகப் பிசைந்து கொள்ளவும்.

❖ கடைசியாக அடுப்பில் வாணலி வைத்து எண்ணெய் ஊற்றிக் காய்ந்ததும் மாவை சிறு சிறு உருண்டைகளாக உருட்டிப் போட்டு வேகவிடவும்.

❖ உருண்டைகளை நன்கு புரட்டிப் புரட்டி நாலாபுறமும் வேகவிட்டுப் பொன்னிறமாக வெந்ததும் எடுத்து சுடச் சுட தேங்காய் சட்னியுடன் பரிமாறவும்.

❖ அவ்வளவுதான் மொறுமொறுப்பான மெதுபக்கோடா ரெடி.

செட்டிநாட்டு டிபன் வகைகள்

41. செட்டிநாட்டு காரைக்குடி அடை

தேவையான பொருள்கள்:

பச்சரிசி – ½ கிலோ

புழுங்கல் அரிசி – ½ கிலோ

உளுந்து – 150 கிராம்

கடலைப்பருப்பு – 150 கிராம்

துவரம்பருப்பு – 150 கிராம்

பாசிப்பருப்பு – 150 கிராம்

மிளகாய் – 20

சோம்பு – ஒரு டீஸ்பூன்

உப்பு – தேவையான அளவு

எண்ணெய் – ¼ கிலோ

தாளிக்க:

சின்ன வெங்காயம் – 20

தேங்காய் துருவல் – அரை மூடி

கடுகு உளுத்தம் பருப்பு – ஒரு டீஸ்பூன்

எண்ணெய் – 100 கிராம்

சமைக்கும்முறை:

❖ பச்சரிசி புழுங்கல் அரிசி உளுந்து கடலைப்பருப்பு, துவரம் பருப்பு, பாசிப்பருப்பு எல்லாவற்றையும் ஒன்றாகச் சேர்த்து சுமார் இரண்டு மணி நேரம்வரை ஊற விடுங்கள்.

❖ பிறகு ஊறவைத்து எடுத்த அரிசி பருப்புகளுடன் மிளகாய் சோம்பு சேர்த்து கரகரப்பாக அடை மாவு பதத்துக்கு அரைத்துக் கொள்ளுங்கள்.

❖ அடுத்ததாக அடுப்பில் வாணலி வைத்து இரண்டு ஸ்பூன் எண்ணெய் விட்டுக் காய்ந்ததும் கடுகு உளுந்து தாளித்து வெங் காயம், தேங்காய் துருவல் போட்டு வதக்கி மாவில் கொட்டிக் கலக்கவும்.

❖ பிறகு அடுப்பில் தோசைக்கல்லை வைத்துக் காய்ந்ததும் மாவை கனமாக ஊற்றி அடை சுடவும். ஒரு புறம் வெந்ததும் மறுபுறம் திருப்பிப் போட்டு வேகவிட்டு எடுத்து சுடச் சுடப் பரிமாறவும்.

❖ சுவையான அட்டகாசமான காரைக்குடி அடை ரெடி. இந்த அடைக்கு தொட்டுக்கொள்ள எதுவுமே வேண்டாம். அப்படியே சாப்பிடலாம். என்றாலும் சிலர் அவியல், வெல்லம் தொட்டுக் கொள்வார்கள்.

42. செட்டிநாட்டு வெள்ளைப் பணியாரம்

தேவையான பொருள்கள்:

பச்சரிசி – ½ கிலோ

உளுந்து – 75 கிராம்

பசும் பால் – 50 கிராம்

உப்பு – 2 தேக்கரண்டி

சமையல் சோடா – ஒரு சிட்டிகை

எண்ணெய் – ½ கிலோ

சமைக்கும்முறை:

❖ அரிசியையும் உளுந்தையும் நன்கு கழுவி சுமார் மூன்று மணி நேரம் தனித் தனியாக ஊற வைக்கவும். பிறகு இரண்டையும்

கிரைண்டரில் ஒன்றாகப் போட்டு மாவாக அரைக்கவும். மாவு தண்ணீராக இல்லாமல் கெட்டியாக இருக்கும்படி அரைத்துக் கொள்ளுங்கள்.

❖ அடுத்ததாக அரைத்த மாவுடன் பால் தேவையான அளவு உப்பு கூடவே சமையல் சோடா ஆகியவற்றைப் போட்டுக் கலக் கவும். தோசை மாவு பதத்துக்கு நன்கு கரைத்துக் கொள்ளவும்.

❖ பிறகு அடுப்பில் வாணலி வைத்து எண்ணெய் ஊற்றிக் காய்ந்ததும் சிறு தீயாக வைத்து ஒவ்வொரு கரண்டி மாவாக எடுத்து வாணலியில் ஊற்றுங்கள்.

❖ பணியாரம் மிதக்கத் தொடங்கியதும் அவ்வப்போது திருப்பிப் போடுங்கள். இந்த வெள்ளைப் பணியாரத்தை மட்டும் சிவக் கும் வரைக்கும் காத்திருக்காமல். வெள்ளையாக இருக்கும் போதே எடுத்து விடுங்கள்.

❖ அவ்வளவுதான் வெள்ளைப் பணியாரம் ரெடி. காரச் சட்னி யுடன் சுடச் சுடப் பரிமாறுங்கள்.

43. வெண்பொங்கல்

தேவையான பொருள்கள்:

பச்சரிசி – ¼ கிலோ

பாசி பருப்பு – 150 கிராம்

மிளகு – ½ டீஸ்பூன்

மிளகுத்தூள் – ½ டீஸ்பூன்

சீரகம் – ½ டீஸ்பூன்

சீரகத்தூள் – ½ டீஸ்பூன்

மஞ்சள் தூள் – ¼ டீஸ்பூன்

கடுகு, உளுத்தம் பருப்பு – 1 டீஸ்பூன்

நெய் – 3 ஸ்பூன்

முந்திரி – 10

மிளகாய் வற்றல் – 3

கறிவேப்பிலை – ஒரு கொத்து

உப்பு – ருசிக்கேற்ப

சமைக்கும்முறை:

❖ பச்சரிசி, பாசிப்பருப்பைக் கழுவி ஒரு கப்புக்கு 2 கப் தண்ணீர் ஊற்றி மஞ்சள் தூள் சீரகம் மிளகு உப்பு சேர்த்து 1 டீஸ்பூன் நெய் ஊற்றி குக்கரில் வைத்து குழைய வேகவைத்து எடுக்கவும்.

❖ அடுத்து அடுப்பில் வாணலி வைத்து ஒரு ஸ்பூன் நெய் ஊற்றி முந்திரியைத் தாளித்து பொங்கலில் கொட்டவும்.

❖ அதே வாணலியில் மீண்டும் ஒரு ஸ்பூன் நெய் ஊற்றி கடுகு உளுத்தம் பருப்புத் தாளித்து மிளகாய் வத்தல் கறிவேப்பிலை போட்டு பொரிந்தவுடன் சீரகத்தூள், மிளகுத்தூள் தாளித்து அதையும் பொங்கலில் கொட்டி நன்கு கிளறி விடவும். மீதியுள்ள நெய்யை மேலாக ஊற்றி விடவும்.

❖ சூப்பரான செட்டிநாட்டு வெண் பொங்கல் ரெடி. தேங்காய் சட்னி கொத்சு தக்காளி சட்னி என எதனுடன் சேர்த்தும் பரி மாறலாம்.

44. தயிர் இட்லி

தேவையான பொருள்கள்:

இட்லி – 6

தயிர் – 100 மில்லி

கேரட் – 1

கடுகு, உளுத்தம்பருப்பு – ஒரு ஸ்பூன்

மிளகாய் வற்றல் – 2

பெருங்காயம் – 1 சிட்டிகை

கறிவேப்பிலை – ஒரு கொத்து

கொத்தமல்லித்தழை – ஒரு கைப்பிடி அளவு
      (பொடியாக நறுக்கியது)

உப்பு – தேவையான அளவு

எண்ணெய் – 25 கிராம்

சமைக்கும்முறை:

❖ முதலில் தயிரை கொஞ்சம்கூட தண்ணீர் சேர்க்காமல் கடைந்து கொண்டு, அதில் தேவையான அளவு உப்பு சேர்த்து கலக்கி வைக்கவும்.

❖ இட்லியை சின்னச் சின்னத் துண்டுகளாக நறுக்கிக்கொள்ளவும்.

❖ நறுக்கிய இட்லித் துண்டுகளை தயிரில் போட்டு ஊறவிடவும்.

❖ அடுத்து அடுப்பில் வாணலி வைத்து எண்ணெய் ஊற்றிக் காய்ந்ததும் கடுகு, உளுத்தம்பருப்பு, பெருங்காயம், மிளகாய் வற்றல் கிள்ளிப் போட்டுத் தாளித்து தயிர் இட்லியில் கொட்டிக் கலக்கிவிடவும்.

❖ அதன் மேலாக கேரட்டைத் துருவித் தூவி, மல்லித்தழை யையும் தூவி அலங்கரித்துப் பரிமாறவும்.

❖ மிஞ்சிப் போன இட்லியையும் இதுபோல தயிர் இட்லி ஆக்கி விடலாம். வீணாகவும் போகாது. குழந்தைகளுக்கும் பிடித்துப் போகும்.

45. செட்டிநாட்டு கேப்பை இட்லி

தேவையான பொருள்கள்:

கேப்பை மாவு – ½ கிலோ

உளுந்து – 150 கிராம்

உப்பு – தேவையான அளவு.

சமைக்கும்முறை:

❖ மறுநாள் காலையில் இட்லி சுட வேண்டுமானால் முந்தின ராத்திரியே உளுந்தை ஊறப்போட்டு விடவேண்டும்.

❖ ராத்திரி ஏழு மணிவாக்கில் உளுந்தை ஊறப்போட்டு ஒரு அரை மணிநேரம் உளுந்து ஊறியதும் எடுத்து அரைத்துக்கொள்ளவும்.

❖ அரைத்த உளுந்து மாவுடன் கேப்பை மாவைக் கலந்து கூடவே தேவையான அளவு உப்பு சேர்த்து இட்லி மாவு பதத்துக்கு கரைத்து வைத்து விடவும்.

❖ அவ்வளவுதான் அடுத்த நாள் காலை மாவை எடுத்து இட்லி பானையில் இட்லி ஊற்றி எடுக்கவேண்டியதுதான். மெத்து மெத்தென்று மிக அருமையாக இருக்கும். இதற்கு தொட்டுக் கொள்ள தோதான சைட்டிஷ் மிளகாய் சட்னி.

❖ இந்த மாவை சற்று நீர்க்க கரைத்து வைத்தால் கேப்பை தோசை சுட்டுக்கொள்ளலாம். தோசைக்கும் மிளகாய் சட்னி அபாரமாகவே இருக்கும்.

46. செட்டிநாட்டு பால் பணியாரம்

தேவையான பொருள்கள்:

பச்சரிசி – ½ கிலோ

உளுந்து – ½ கிலோ

சர்க்கரை – ½ கிலோ

தேங்காய் – ஒன்று

பால் – ½ லிட்டர்

ஏலக்காய் – 3

எண்ணெய் – ½ லிட்டர்

உப்பு – தேவையான அளவு

சமைக்கும்முறை:

❖ அரிசியையும் உளுந்தையும் ஒன்றாகச் சேர்த்து ஒரு மணி நேரம் ஊறவைக்கவும்.

❖ முழுத் தேங்காயையும் துருவி பால் எடுத்துக்கொள்ளவும். பின் தேங்காய் பாலுடன் மாட்டுப் பால் சர்க்கரை ஏலக்காய் தட்டிப் போட்டு கலந்துகொள்ளவும்.

❖ பிறகு ஒரு மணிநேரம் ஊறிய அரிசி உளுந்தை தண்ணீர் அதிகம் சேர்க்காமல் தேவையான அளவு உப்பு சேர்த்து வடை மாவு பதத்துக்கு அரைத்து எடுக்கவும்.

❖ அடுப்பில் வாணலி வைத்து எண்ணெய் ஊற்றிக் காய்ந்ததும் மாவை சிறு சிறு உருண்டைகளாக கோலி குண்டு சைஸில் உருட்டிப் போட்டுப் பொரிக்கவும். பொன்னிறமாகப் பொரித்து எடுத்து வைக்கவும்.

❖ பின் அனைத்து உருண்டைகளையும் தயாரித்து வைத்திருக்கும் பாலில் ஊறப் போடவும். ஆறிய பிறகு எடுத்துப் பரிமாறவும்.

❖ அவ்வளவுதான் ருசியான பால் பணியாரம் ரெடி.

47. செட்டிநாட்டு ஸ்பெஷல் ரவாதோசை

தேவையான பொருள்கள்:

பச்சரிசி மாவு – 200 கிராம்

மைதா மாவு – 200 கிராம்

பாம்பே ரவை – 200 கிராம்

பெரிய வெங்காயம் – 2

பச்சை மிளகாய் – 5

தேங்காய் – ½ மூடி

கருவேப்பிலை – ஒரு கொத்து

கடுகு உளுத்தம் பருப்பு – ஒரு டீஸ்பூன்

மிளகு – ஒரு டேபிள் ஸ்பூன்

சீரகம் – ஒரு டீஸ்பூன்

முந்திரிபருப்பு– 10

எண்ணெய் – 300 கிராம்

உப்பு – தேவையான அளவு

சமைக்கும்முறை:

❖ பச்சரிசி மாவு மைதா மாவு இரண்டையும் சிறிது தண்ணீர் விட்டு கட்டி தட்டாமல் கரைத்துக் கொள்ளவும். ரவையை தனியே கொஞ்சம் தண்ணீர் விட்டு ஊற வைக்கவும்.

❖ ஒரு பத்து நிமிடம் கழித்து கரைத்து வைத்துள்ள மாவில் ரவையையும் போட்டு ஒன்றாகக் கலந்து வைக்கவும்.

❖ வெங்காயம் பச்சை மிளகாயை பொடியாக நறுக்கிக் கொள்ள வும். தேங்காயையும் பல்லுப் பல்லாக பொடியாக நறுக்கி வைக்கவும்.

❖ பின் அடுப்பில் வாணலி வைத்து இரண்டு ஸ்பூன் எண்ணெய் ஊற்றிக் காய்ந்ததும் கடுகு உளுந்து மிளகு சீரகம் தாளித்து கருவேப்பிலை வெங்காயம் பச்சை மிளகாய் போட்டு வதக்கி அதை எடுத்து மாவில் கொட்டவும்.

❖ முந்திரியையும் வறுத்து மாவில் போடவும். நறுக்கி வைத்துள்ள தேங்காய் பற்களையும் மாவில் போட்டு தேவையான அளவு உப்பு சேர்த்து மாவை சற்று நீர்க்கவே கரைத்துக் கொள்ளவும்.

❖ அடுத்தபடியாக அடுப்பில் தோசைக் கல்லை வைத்துக் காய்ந்ததும் மாவை மேலிருந்து நடுவாக ஊற்றி விளிம்பில் எண்ணெய் விட்டு பொன்னிறமாக மொறுமொறுவென வேக/வைத்து எடுக்கவும்.

❖ சூடான செட்டிநாட்டு ஸ்பெஷல் ரவா தோசை ரெடி. தேங்காய் சட்னியுடன் பரிமாறுங்கள்.

48. மரக்கறிகாய் தோசை

தேவையான பொருள்கள்:

சின்ன வெங்காயம் – 100 கிராம்

பச்சரிசி – 3 டேபிள் ஸ்பூன்

துவரம்பருப்பு – 200 கிராம்

கடலைப்பருப்பு – 100 கிராம்

பாசிப்பருப்பு – 3 டேபிள் ஸ்பூன்

மிளகாய் வற்றல் – 10

சோம்பு – ¼ டீஸ்பூன்

சீரகம் – ¼ டீஸ்பூன்

தேங்காய் – கால் மூடி

உப்பு – தேவையான அளவு

எண்ணெய் – ½ கிலோ

சமைக்கும்முறை:

❖ மறுநாள் தோசைக்கு முதல் நாள் இரவே அரிசி, துவரம் பருப்பு, கடலைப்பருப்பு, பாசிப்பருப்பு அனைத்தையும் கழுவி ஊறவைத்து விடவும்.

❖ மறுநாள் காலையில் ஊறியவற்றை தண்ணீர் வடிகட்டி சற்றே கரகரப்பாக அரைத்துக்கொள்ளவும்.

❖ மாவு அரைத்து முடித்ததும் சின்ன வெங்காயத்தைப் பொடியாக நறுக்கிக் கொள்ளவும்.

❖ மிளகாய் வற்றல், சீரகம், சோம்பு மூன்றையும் எடுத்து ஒன்றாக அரைத்துக்கொள்ளவும்.

❖ தேங்காயைத் துருவிக் கொள்ளவும்.

❖ எல்லாம் முடிந்ததும் அரைத்த வைத்துள்ள மாவுடன் நறுக்கிய வெங்காயம் அரைத்த மிளகாய் விழுது துருவிய தேங்காய் அனைத்தையும் கலந்து அடைமாவு போலக் கரைத்துக் கொள்ளவும்.

❖ அடுத்ததாக அடுப்பில் தோசைக் கல்லைப் போட்டுச் சூடானதும் மாவை எடுத்து சின்னச் சின்ன ஊத்தப்பங்களாக ஊற்றி அரை வேக்காடாகச் சுட்டு எடுக்கவும்.

❖ கடைசியாக அடுப்பில் வாணலி வைத்து எண்ணெய் ஊற்றிக் காய்ந்ததும் அரை வேக்காடாகச் சுட்டு வைத்துள்ள ஊத்தப் பங்களை ஒன்றிரண்டாகப் போட்டு வேகவிடவும். பொன்னிற மாகச் சிவந்து மொறுமொறுப்பாக வெந்ததும் எடுத்து தேங்காய் சட்னியுடன் பரிமாறவும்.

❖ அவ்வளவுதான் சூடான மரக்கறிக்காய் தோசை ரெடி.

49. செட்டிநாட்டு சேமியா பகாளாபாத்

தேவையான பொருள்கள்:

சேமியா – 1 பாக்கெட்

தயிர் – 100 மில்லி

பால் – 100 மில்லி

பச்சை மிளகாய் – 3 (பொடியாக நறுக்கியது)

இஞ்சித் துருவல் – ஒரு துண்டு

கறிவேப்பிலை – ஒரு கொத்து

கடுகு உளுத்தம் பருப்பு – ½ ஸ்பூன்

கடலைப்பருப்பு – 1 ஸ்பூன்

பெருங்காயத் தூள் – ஒரு சிட்டிகை

எண்ணெய் (தாளிப்புக்கு) – 2 டேபிள் ஸ்பூன்

தூவி அலங்கரிக்க:

கருப்பு திராட்சை – 10

உலர் திராட்சை – 15

மாதுளை முத்துகள் – ஒரு கைப்பிடி

பொடியாக நறுக்கிய ஆப்பிள் துண்டுகள் – ஒரு கைப்பிடி

துருவிய கேரட் – அரை கப்

கொத்தமல்லித் தழை – கையளவு

சமைக்கும்முறை:

❖ அடுப்பில் வாணலி வைத்து ஒரு டேபிள் ஸ்பூன் எண்ணெய் ஊற்றிக் காய்ந்ததும் முதலில் சேமியாவை லேசாக வறுத்து எடுத்து தனியே வைக்கவும்.

❖ அடுத்து வாயகன்ற பெரிய வாணலியில் ஒரு ஸ்பூன் எண்ணெய் ஊற்றிக் காய்ந்ததும் கடுகு உளுத்தம் பருப்பு, கடலைப் பருப்பு, பெருங்காயம், கருவேப்பிலை தாளித்து ஒரு பங்கு சேமியாவுக்கு 2 மடங்கு தண்ணீர் என்கிற அளவில் தண்ணீரை ஊற்றிக் கொதிக்க வைக்கவும். தண்ணீர் நன்கு கொதித்ததும் அதில் வறுத்த சேமியாவை உதிர்த்துச் சேர்த்து வேக விடவும்.

❖ அதனுடன் தேவையான அளவு உப்பு, பால், தயிர் சேர்க்கவும். துருவிய இஞ்சி பொடியாக நறுக்கிய பச்சை மிளகாய் சேர்க்கவும்.

❖ தண்ணீர் சுண்டி சேமியா நன்கு வெந்ததும் துருவிய கேரட், திராட்சைகள், மாதுளை முத்துகள், ஆப்பிள் துண்டுகள்,

கொத்தமல்லித் தழை தூவி அலங்கரித்து ஃப்ரிட்ஜில் வைத்து எடுத்து குளிர்ச்சியாகப் பரிமாறவும்.

❖ அவ்வளவுதான்.. சில்லுன்னு ஜோரா சேமியா பகாளாபாத் ரெடி.

50. வெஜிடபிள் பொங்கல்

தேவையான பொருள்கள்:

பச்சரிசி – ¼ கிலோ

பாசிப்பருப்பு – 100 கிராம்

வெங்காயம் – 1

தக்காளி – 1

உருளைக்கிழங்கு, கேரட் – தலா ஒன்று

பொடியாக நறுக்கிய பீன்ஸ்,
பச்சைப் பட்டாணி – ஒரு கைப்பிடி அளவு

பச்சை மிளகாய் – 4

இஞ்சி – சிறிய துண்டு

கருவேப்பிலை – ஒரு கொத்து

கொத்தமல்லித் தழை – ஒரு கைப்பிடி அளவு

மிளகு, சீரகம் – தலா ½ டீஸ்பூன்

பட்டை – சிறிய துண்டு

முந்திரி – 10

நெய் – 2 டேபிள் ஸ்பூன்

எண்ணெய் – 100 கிராம்

உப்பு – தேவையான அளவு

சமைக்கும்முறை:

❖ முதலில் அரிசியையும் பருப்பையும் சுத்தம் செய்துகொள்ள வும்.

❖ அரிசி பருப்புடன் மூன்றரை டம்ளர் நீர் சேர்த்து தேவையான அளவு உப்பு சேர்த்து நன்கு குழையக் குழைய வேக வைக்கவும்.

❖ பொங்கல் வேகும் நேரத்தில் காய்கறிகள் அனைத்தையும் பொடியாக நறுக்கிக் கொள்ளவும்.

❖ பின்பு அடுப்பில் வாணலி வைத்து நெய் ஒரு டேபிள் ஸ்பூன், மற்றும் ஒரு டேபிள் ஸ்பூன் எண்ணெயை ஊற்றிச் சூடானதும் கருவேப்பிலை, பட்டை, மிளகு, சீரகம் தாளித்து கூடவே நறுக்கிய காய்கறிகள் போட்டு வதக்கி சிட்டிகை உப்பு சேர்த்து வேகவிடவும்.

❖ காய்கறிக் கலவை நன்கு வெந்ததும் அதைக் குழைய வேக வைத்த அரிசி – பருப்புடன் சேர்த்துக் கிளறவும். மேலும் ஒரு டேபிள் ஸ்பூன் நெய்யில் முந்திரியை வறுத்துக் கொட்டவும். நன்கு கலந்து சூடாகப் பரிமாறவும்.

❖ சுவையான சத்தான வெஜிடபிள் பொங்கல் தயார். இதற்கு தொட்டுக்கொள்ள தேங்காய் சட்னி ஜோராக இருக்கும்.

51. கார குழிப் பணியாரம்

தேவையான பொருள்கள்:

புழுங்கல் அரிசி – ½ கிலோ

பச்சை அரிசி – ½ கிலோ

உளுந்து – ¼ கிலோ

சின்ன வெங்காயம் – ஐந்து

பச்சை மிளகாய் – இரண்டு

கறிவேப்பிலை – இரண்டு கொத்து

வெந்தயம் – 1 டேபிள் ஸ்பூன்

எண்ணெய் – ஐம்பது மி.லி

உப்பு – இரண்டு டீ ஸ்பூன்

சமைக்கும்முறை:

❖ முதலில் புழுங்கல் அரிசி பச்சை அரிசி உளுந்துடன் வெந்த யத்தையும் சேர்த்து தண்ணீர் ஊற்றி ஒரு ஐந்து மணி நேரம் ஊற வைக்கவும்.

❖ பிறகு எடுத்து அதிகம் தண்ணீர் விடாமல் தேவையான அளவு உப்பு சேர்த்து கெட்டியாக அரைத்து சுமார் ஆறு மணி நேரம்

புளிக்க வைக்கவும். (மாலையிலேயே அரிசி ஊற வைத்து இரவு எடுத்து அரைத்து வைத்தால் காலையில் புளித்த பின்பு பணியாரம் சுட சரியாக இருக்கும்.)

❖ பணியாரம் சுடுவதற்குச் சற்று முன்பாக வெங்காயம் மிளகாய் கறிவேப்பிலை ஆகியவற்றைப் பொடியாக நறுக்கவும்.

❖ அடுத்து அடுப்பில் வாணலி வைத்து ஒரு டீ ஸ்பூன் எண்ணெய் ஊற்றி கடுகு உளுந்து தாளித்து நறுக்கி வைத்துள்ள கருவேப் பிலை வெங்காயம் பச்சை மிளகாய் போட்டு வதக்கி மாவில் கொட்டிக் கலக்கவும்.

❖ பின் அடுப்பில் குழிப்பணியாரச் சட்டியை வைத்து குழிகளில் லேசாக எண்ணெய் விட்டு மாவை முக்கால் குழி வரும் வரை ஊற்றவும்.

❖ பிறகு மூடி வைத்து ஒருபுறம் வெந்ததும் திருப்பிப் போட்டு மறுபுறத்தையும் வேகவிட்டு எடுக்கவும்.

❖ சட்டியில் சிறிது எண்ணெய் தடவி விட்டால் எடுப்பதற்கு எளிதாக இருக்கும்.

❖ சுடச் சுட எடுத்து தேங்காய்ச் சட்னியுடன் சேர்த்துப் பரி மாறவும்.

52. செட்டிநாட்டு அடை உப்புமா

முதலில் அடை உப்புமா மாவு தயாரிக்கும் முறை:

தேவையான பொருள்கள்:

கடலைப்பருப்பு – ¼ கிலோ

உளுந்து ¼ கிலோ

பாசிப்பருப்பு – ¼ கிலோ

துவரம் பருப்பு – ¼ கிலோ

பச்சரிசி – ¼ கிலோ

புழுங்கல் அரிசி – ¼ கிலோ

மேற்குறிப்பிட்டுள்ள எல்லாப் பொருள்களையும் கழுவிக் காய வைத்து மிக்சியில் போட்டு ரவை பதத்துக்கு உடைத்து வைத்துக் கொள்ளவும். மிக்சியில் அரைக்கத் தெரியாதவர்கள் மாவு அரைக் கும் மிஷினுக்குச் சென்று கொடுத்து அரைத்து வாங்கிக் கொள்ள லாம். அடை உப்புமா மாவு ரெடி.

அடுத்து அடை உப்புமா எப்படிச் செய்வதென்று பார்ப்போமா?

தேவையான பொருள்கள்:

அடை உப்புமா மாவு – ¼ கிலோ

சின்ன வெங்காயம் – 50 கிராம்

பச்சை மிளகாய் – 3

கறிவேப்பிலை – ஒரு கொத்து

பெருங்காயம் – ¼ டீஸ்பூன்

தேங்காய் துருவல் – இரண்டு டேபிள் ஸ்பூன்

எண்ணெய் – ஒரு டேபிள் ஸ்பூன்

நெய் – ஒரு டேபிள் ஸ்பூன்

உப்பு – தேவையான அளவு

சமைக்கும்முறை:

❖ முதலில் வெங்காயம் பச்சை மிளகாயை நறுக்கிக் கொள்ள வும்.

❖ அடுத்ததாக அடுப்பில் பெரிய வாணலியை வைத்து எண் ணெய் நெய் ஊற்றிக் காய்ந்ததும் கடுகு உளுத்தம் பருப்பு தாளித்து பெருங்காயத்தூள் போட்டுப் பொரிய விடவும். பின் கருவேப்பிலை தாளித்து நறுக்கி வைத்துள்ள வெங்காயம் பச்சை மிளகாய் சேர்த்து வெங்காயத்தை கண்ணாடி போல் வதக்கவும்.

❖ அனைத்தும் நன்கு வதங்கியதும் முக்கால் லிட்டர் தண்ணீர் ஊற்றிக் கொதிக்கவிடவும். தேவையான அளவு உப்பு போட வும். தண்ணீர் கொதித்து வெங்காயம் வெந்ததும் அடை உப்புமா மாவை தூவினாற்போல் போட்டு கட்டி தட்டாமல் கிண்டவும்.

* அடுப்பை சிம்மில் வைத்து மூடி போட்டு மூடி உப்புமாவை வேகவிடவும். ஐந்து நிமிடம் கழித்து உப்புமா வெந்ததும் தேங்காய் துருவல் போட்டுக் கிளறி இறக்கவும்.

* அவ்வளவுதான் அற்புதமான செட்டிநாட்டு அடை உப்புமா தயார்.

53. பாசிப்பருப்பு புட்டு

தேவையான பொருள்கள்:

பாசிப்பருப்பு – ¼ கிலோ

வெல்லம் – 100 கிராம்

தேங்காய் துருவல் – கால் கப்

ஏலக்காய்த்தூள் – ஒரு ஸ்பூன்

நெய் – 2 ஸ்பூன்

உப்பு – ஒரு சிட்டிகை.

சமைக்கும்முறை:

* பாசிப்பருப்பை களைந்து சுத்தம் செய்து ஒரு மணிநேரம் ஊற விடவும்.

* பின் அதை எடுத்து சிட்டிகை உப்பு சேர்த்து கெட்டியாக அரைக்கவும்.

* அரைத்த மாவை இட்லி பானையில் வைத்து வேக வைத்து எடுத்துக் கொள்ளவும் ஒரு அகலமான பாத்திரத்தில் உதிர்த்துப் போடவும்.

* அடுத்ததாக வெல்லத்தைக் கரைத்து தூசு தும்பு இல்லாமல் வடிகட்டி வைக்கவும்.

* பின் உதிர்த்து வைத்துள்ள மாவில் வெல்லக் கரைசலை பரவலாக கொஞ்சம் கொஞ்சமாக ஊற்றிக் கிளறவும். அடுத்து நெய்யை ஊற்றிக் கிளறவும். கடைசியாக ஏலக்காய் தூள் தேங்காய் துருவல் சேர்த்துக் கிளறி விட்டால் பாசிப்பருப்பு புட்டு ரெடி.

❖ புரதச் சத்து நிறைந்த பாசிப் பருப்பு சாப்பிட சாப்பிட
திகட்டாது.

54. அவல் கிச்சடி

தேவையான பொருள்கள்:

கெட்டி அவல் – 150 கிராம்

பெரிய வெங்காயம் – 1

தக்காளி – 1

வறுத்த வேர்க்கடலை – ஒரு டேபிள் ஸ்பூன்

சீரகம் – அரை ஸ்பூன்

மிளகாய்வற்றல் – 4

எண்ணெய் – 2 டேபிள் ஸ்பூன்

தேங்காய்ப்பால் – ஒரு கப்

உப்பு – தேவையான அளவு

கறிவேப்பிலை, கொத்தமல்லித்தழை – ஒரு கைப்பிடி அளவு

சமைக்கும்முறை:

❖ முதலில் அவலை தேங்காய்ப் பாலில் ஒரு மணி நேரம் ஊற
விடவும்.

❖ அதற்குள்ளாக வெங்காயம், தக்காளியைப் பொடியாக நறுக்கி
வைக்கவும். வேர்க்கடலையைத் தூளாகப் பொடித்துக் கொள்ள
வும்.

❖ அடுத்து 4 மிளகாய் வற்றலை வாணலியில் வறுத்துத் தூளாக்கி
தனியே வைக்கவும்.

❖ பின் அடுப்பில் வாணலி வைத்து 2 ஸ்பூன் எண்ணெய் விட்டுக்
காய்ந்ததும் சீரகம் தாளித்துப் பிறகு, வெங்காயம் சேர்த்து
வதக்கவும். வெங்காயம் கண்ணாடிபோல் வெந்ததும் தக்காளி
சேர்த்து வதக்கவும். பின் அவலையும் போட்டுத் தேவையான
உப்பு சேர்த்து நன்றாகக் கிளறி வதக்கி இறக்குவதற்கு
முன்பாக வறுத்துப் பொடித்து வைத்துள்ள மிளகாய்த் தூளை
யும், வேர்க்கடலைத் தூளையும் தூவிக் கிளறி இறக்கவும்.
சூடாகப் பரிமாறவும்.

❖ ஜோரான அவல் கிச்சடி தயார். இதன் மேலேயே அரை மூடி எலுமிச்சை பழம் பிழிந்து கலந்து பரிமாறினால் அவல் லெமன் கிச்சடி ரெடி.

55. வரகு கார அப்பம்

தேவையான பொருள்கள்:

வரகு – 400 கிராம்

உளுந்து – 100 கிராம்

சின்ன வெங்காயம்– 100 கிராம்

இஞ்சி– ஒரு சிறு துண்டு

பச்சை மிளகாய் – 4

தேங்காய் – ½ மூடி (துருவிக் கொள்ளவும்)

புளித்த மோர் – கால் டம்ளர்

கடுகு, சீரகம் – தலா ¼ ஸ்பூன்

கருவேப்பிலை – ஒரு கொத்து

உப்பு – தேவையான அளவு

சமைக்கும்முறை:

❖ வரகு அரிசி மற்றும் உளுந்தைக் கழுவிக் களைந்து அதனுடன் தேங்காய் துருவல், இஞ்சி,பச்சை மிளகாய் தேவையான அளவு உப்பு சேர்த்து அரைத்துக் கொள்ளவும்.

❖ அரைத்த மாவுடன் மோர் சேர்த்து தோசை மாவு பதத்துக்குக் கரைத்துக்கொள்ளவும்.

❖ வெங்காயத்தைப் பொடியாக நறுக்கி வைக்கவும்.

❖ அடுத்ததாக அடுப்பில் வாணலி வைத்து ஒரு குழிக் கரண்டி எண்ணெய் ஊற்றிக் காய்ந்ததும் கடுகு, சீரகம், கறிவேப்பிலை போட்டு தாளித்து, நறுக்கி வைத்துள்ள சின்ன வெங்கா யத்தைப் போட்டு வதக்கி மாவில் கொட்டவும்.

❖ பிறகு குழிப்பணியார சட்டியில் மாவை ஊற்றி எடுத்தால் சுவையான சத்தான வரகு அப்பம் ரெடி.

❖ தொட்டுக்கொள்ள மிளகாய் சட்னியுடன் சாப்பிட்டால் சுவை தூக்கலாக இருக்கும். (அரை வெங்காயம், ஒரு தக்காளி, 5 மிளகாய் வத்தல், பூண்டு ஒரு பல், கோலி குண்டு அளவு புளி, தேவையான அளவு உப்பு எல்லாவற்றையும் ஒன்றாகச் சேர்த்து அரைத்து, கடுகு உளுந்து, பெருங்காயம் தாளித்தால் மிளகாய் சட்னி ரெடி.)

56. செட்டிநாட்டு உப்பு கார இடியாப்பம்

தேவையான பொருள்கள்:

புழுங்கல் அரிசி – ¼ கிலோ

வெங்காயம் – 2

பச்சை மிளகாய் – 6

எலுமிச்சம் பழச்சாறு – ஒரு பழச் சாறு

கடுகு, உளுத்தம் பருப்பு – 2 டீஸ்பூன்

எண்ணெய் – சிறிதளவு

சமைக்கும்முறை:

❖ முதலில் அரிசியைக் கழுவி ஊறப் போட்டு ஒரு அரைமணி நேரத்துக்குப் பிறகு எடுத்து ஃபேன் காற்றில் உலர வைத்துக் கொள்ளுங்கள்.

❖ அரிசி உலர்ந்ததும் எடுத்து அரைத்து மாவாக்கிக் கொள்ளவும்.

❖ அடுத்து அந்த மாவை வறுத்துச் சலித்துக் கொள்ளவும்.

❖ பின் அந்த மாவில் தேவையான அளவு வெந்நீர் விட்டுக் கெட்டியாகப் பிசைந்து கொள்ளுங்கள்.

❖ பிறகு பிசைந்த மாவை இடியாப்பக் குழலில் போட்டு இட்லிப் பானையில் பிழிந்து வைத்து ஆவியில் வேக வைக்கவும்.

❖ இடியாப்பம் வெந்ததும் ஒரு தட்டில் எடுத்து உதிர்த்துக் கொள்ளவும்.

❖ பின் எலுமிச்சம் பழச் சாற்றில் உப்புப் போட்டுக் கரைத்து இடியாப்பத்தின் மீது தெளித்துக் கொள்ள வேண்டும்.

❖ அடுத்து வெங்காயம், பச்சை மிளகாயைப் பொடியாக நறுக்கிக் கொள்ளவும்.

❖ பின் அடுப்பில் வாணலி வைத்து எண்ணெய் ஊற்றிக் காய்ந்ததும், கடுகு, உளுத்தம் பருப்பு தாளித்து அதில் பொடியாக நறுக்கி வைத்துள்ள வெங்காயம், பச்சை மிளகாயைப் போட்டு வதக்கி உதிர்த்து வைத்துள்ள இடியாப்பத்துடன் சேர்த்துக் கிளறி தேங்காய் சட்னி, டிபன் சாம்பாருடன் பரிமாறவும்.

❖ சூப்பர் கார இடியாப்பம் தயார்.

57. செட்டிநாட்டு மசாலா சீயம்

தேவையான பொருள்கள்:

பச்சரிசி – ¼ கிலோ

உளுந்து– 200 கிராம்

சின்ன வெங்காயம் – ¼ கிலோ

பச்சை மிளகாய் – 6

தேங்காய் – ½ மூடி

கடுகு, உளுத்தம் பருப்பு – 1 ஸ்பூன்

உப்பு – தேவையான அளவு

சமைக்கும்முறை:

❖ பச்சரிசியையும் உளுந்தையும் அரைமணி நேரம் ஊற வைத்து மிருதுவாக போண்டா மாவு பதத்துக்கு அரைத்து வைத்துக் கொள்ளவும்.

❖ தேங்காயைத் துருவிக் கொள்ளவும்.

❖ சின்ன வெங்காயம், பச்சை மிளகாயை பொடிப் பொடியாக நறுக்கி வைக்கவும்.

❖ பின் அரைத்து வைத்துள்ள மாவில் கடுகு உளுத்தம் பருப்பைத் தாளித்துக் கொட்டி கூடவே நறுக்கி வைத்துள்ள வெங்காயம் பச்சை மிளகாய் தேங்காய்ப் பூ தேவையான அளவு உப்பு சேர்த்து கலக்கிக் கொள்ளவும்.

* அடுத்து அடுப்பில் வாணலி வைத்து எண்ணெய் ஊற்றிக் காய்ந்ததும் மாவை போண்டாவைப் போல் உருட்டி எண்ணெயில் போட்டுப் பொரித்து எடுக்கவும்.

* சுடச் சுட மசாலா சீயம் ரெடி.

58. பச்சைப் பயிறு தோசை

தேவையான பொருள்கள்:

பச்சைப் பயறு – ½ கிலோ

சீரகம் – 2 ஸ்பூன்

இஞ்சி – 1 துண்டு

பச்சை மிளகாய் – 4

எண்ணெய் – 100 மி.லி.

உப்பு – தேவையான அளவு

சமைக்கும்முறை:

* பச்சைப் பயறை முந்தின இரவே ஊற வைக்க வேண்டும். (குறைந்தது 6 மணி நேரமாவது ஊறவேண்டும்)

* அடுத்து இஞ்சியையும் பச்சை மிளகாயையும் பொடியாக நறுக்கிக் கொள்ளவும்.

* ஊறிய பச்சைப் பயறை மிக்ஸியில் போட்டு நன்றாக அரைத்துக் கொள்ளவும்.

* அரைத்த மாவை தோசை மாவு பதத்தில் கரைத்துக் கொள்ளவும்.

* மாவில் நறுக்கிய பச்சை மிளகாய் இஞ்சி சீரகம் உப்பு ஆகிய வற்றைப் போட்டுக் கலக்கவும். மேலும் ஒரு மணி நேரம் ஊறவிடவும்.

* பிறகு அடுப்பில் தோசைக் கல்லை வைத்து தோசைக் கல் காய்ந்ததும் மாவை தோசையாக ஊற்றவும்.

* பொன்னிறமாக எடுத்து சுடச் சுடப் பரிமாறவும்.

* இந்தப் பச்சைப் பயறு தோசைக்கு வெங்காய காரச் சட்னி தொட்டுக் கொள்ள சுவையாக இருக்கும்.

59. ஐவ்வரிசி ஊத்தப்பம்

தேவையான பொருள்கள்:

புழுங்கல் அரிசி – 1 கிலோ

உளுந்து – ¼ கிலோ

ஐவ்வரிசி – ¼ கிலோ

வெங்காயம் – ¼ கிலோ

பச்சை மிளகாய் – 3

கடுகு, உளுத்தம்பருப்பு – ஒரு டீஸ்பூன்,

கொத்தமல்லி – ஒரு கைப்பிடி

எண்ணெய் – 100 மில்லி

உப்பு – தேவையான அளவு

சமைக்கும்முறை:

❖ மறுநாள் காலை தோசைக்கு, முதல் நாளே புழுங்கல் அரிசி, உளுந்து இரண்டையும் தனித்தனியாக ஊற வைத்து, ஒரு மணிநேரத்துக்குப் பிறகு தோசை மாவு பதத்துக்கு அரைத்துக் கொள்ளவும். அதில் தேவையான அளவு, உப்பு சேர்த்துக் கலக்கி வைக்கவும்.

❖ மறுநாள் ஐவ்வரிசியை அரை மணி நேரம் ஊற வைத்து தோசை மாவில் சேர்க்கவும்.

❖ வெங்காயம், பச்சை மிளகாய், கொத்தமல்லியைப் பொடியாக நறுக்கிக்கொள்ளவும்.

❖ பிறகு ஐவ்வரிசி கலந்த தோசை மாவுடன் பொடியாக நறுக்கிய வெங்காயம், பச்சை மிளகாய், கொத்தமல்லி ஆகியவற்றைச் சேர்த்து நன்கு கலக்கவும். கூடவே மாவில் கடுகு, உளுத்தம்பருப்பு தாளித்து கொட்டிக் கலக்கவும்.

❖ அவ்வளவுதான்... முடிந்தது. அடுப்பில் தோசைக்கல்லை வைத்து மாவை கனமான ஊத்தப்பமாக சுட்டெடுத்து தேங்காய் சட்னி அல்லது காரச் சட்னியுடன் சுடச் சுடப் பரிமாறவும்.

❖ சுவையான ஐவ்வரிசி ஊத்தப்பம் தயார்.

60. வெஜிடபிள் கொழுக்கட்டை

தேவையான பொருள்கள்:

அரிசிமாவு – ¼ கிலோ

பெரிய வெங்காயம் – ஒன்று

கேரட் – 50 கிராம்

பீட்ரூட் – 50 கிராம்

பெரிய உருளைக்கிழங்கு – 1 (வேகவைத்தது)

மிளகாய்வற்றல் – 5

உடைச்சக் கடலை – 2 ஸ்பூன்

தேங்காய் – ஒரு பத்தை

கடுகு, உளுத்தம் பருப்பு – 1 ஸ்பூன்

எலுமிச்சைச்சாறு – ஒரு ஸ்பூன்

எண்ணெய் – 50 கிராம்

கறிவேப்பிலை – ஒரு கொத்து

உப்பு – தேவையான அளவு

சமைக்கும்முறை:

❖ முதலில் அரிசி மாவை சிவக்க வறுத்துக் கொள்ளவும்.

❖ அடுத்து ஒரு ஆறு ஏழு தம்ளர் அளவு தண்ணீரைக் கொதிக்க வைத்து இறக்கவும்.

❖ பிறகு அடிகனமான பாத்திரம் ஒன்றை எடுத்துக்கொண்டு அதில் அரிசி மாவைப் போட்டு, அதனுடன் தேவையான அளவு உப்பு, ஒரு ஸ்பூன் எண்ணெய் சேர்த்து கொதிக்கும் தண்ணீரை கொஞ்சம் கொஞ்சமாக விட்டு மாவை கட்டி தட்டாமல் கிளறி கெட்டியாகப் பிசைந்துகொள்ளவும். கையில் மாவு ஒட்டாமல் வந்தால் அது சரியான பதம். மாவை ஆறவிடவும்.

❖ உருளைக்கிழங்கை வேக வைத்து எடுத்துக்கொள்ளவும்.

❖ வெங்காயம், கேரட், பீட்ரூட் மூன்றையும் பொடியாக நறுக்கிக் கொள்ளவும்.

❖ அடுத்து தேங்காய், மிளகாய் வற்றல், உடைச்சக் கடலை சேர்த்து அரைத்து, இந்த மசாலாக் கலவையுடன் நறுக்கி வைத்துள்ள கேரட், பீட்ரூட் காய்கறிகள், வேகவைத்த உருளைக்கிழங்கு இவற்றுடன் தேவையான அளவு உப்பையும் சேர்த்து நன்றாகப் பிசறி வைக்கவும்.

❖ அடுத்தபடியாக அடுப்பில் வாணலி வைத்து எண்ணெய் ஊற்றிக் காய்ந்ததும் கடுகு, உளுத்தம்பருப்பு, கருவேப்பிலை தாளித்து பொடியாக நறுக்கிய வெங்காயம் சேர்த்து வதக்க வும். கூடவே பிசறி வைத்துள்ள காய்களையும் போட்டு மசாலா வாசனை போகும் வரை சிறுதீயில் நன்கு வதக்கவும். கடைசியாக எலுமிச்சைச் சாறு விட்டுக் கிளறி இறக்கவும்.

❖ கடைசியாக பிசைந்து வைத்துள்ள மாவை எலுமிச்சை அளவு உருண்டைகளாக உருட்டி எடுத்துக் கொண்டு, ஒவ்வொரு உருண்டையாக எடுத்து கையில் எண்ணெய் தொட்டு கொஞ் சம் குழியாகத் தட்டி அந்தக் குழியில் ஒரு ஸ்பூன் அளவுக்கு வதக்கி எடுத்துள்ள காய்களை வைத்து மூடி ஓரங்களை மடித்து விடவும். கொழுக்கட்டைகள் தயார்.

❖ பின் எல்லா கொழுக்கட்டைகளையும் இட்லி சட்டியில் வைத்து வெந்தவுடன் எடுக்கவும். சுடச் சுடப் பரிமாறவும். இதற்குத் தொட்டுக்கொள்ள எதுவும் தேவையில்லை. அப்படியே சாப்பிடலாம்.

செட்டிநாட்டு சாப்பாடு

பாயசம்

61. ஐவ்வரிசி பாயசம்

தேவையான பொருள்கள்:

ஐவ்வரிசி – ¼ கிலோ

வெல்லம் – 400 கிராம்

தேங்காய் – ஒன்று

முந்திரி – 10

ஏலக்காய்த்தூள் – ஒரு டீஸ்பூன்,

நெய் – ஒரு டேபிள் ஸ்பூன்.

சமைக்கும்முறை:

❖ பாயசத்துக்கான ஐவ்வரிசியை முன் தினம் இரவே ஊற வைக்கவேண்டும்.

❖ அடுத்தபடியாக முழுத் தேங்காயையும் துருவிப் பால் எடுத்து வைக்கவும்.

❖ எல்லாம் தயாரானதும் அடுத்து அடுப்பில் பாத்திரத்தை வைத்து, தேவையான நீர் ஊற்றி ஐவ்வரிசியை வேகவிடவும். வேகும்போது ஐவ்வரிசி கட்டி தட்டாமல் பார்த்துக் கொள்ள வும்.

❖ ஐவ்வரிசி வெந்ததும் வெல்லத்தைக் கரைத்து வடிகட்டி, ஐவ்வரிசியுடன் சேர்க்கவும். மேலும் கொதிக்கவிடவும்.

❖ ஒரு கொதிக்குப் பிறகு, தேங்காய்ப்பால் சேர்த்து, ஏலக்காய்த் தூள் தூவி விடவும். உடனே இறக்கி விடவும். (தேங்காய்ப் பால் சேர்த்த பிறகு கொதிக்க விடக் கூடாது.)

❖ பின் வாணலியில் நெய் ஊற்றி முந்திரியை வறுத்து பாயசத்தில் சேர்க்கவும்.

❖ முடிந்தது. ஜோரான ஐவ்வரிசி பாயசம் தயார்.

62. பாசிப் பருப்பு பாயசம்

தேவையான பொருள்கள்:

பாசிப்பருப்பு – 200 கிராம்

வெல்லம் – 150 கிராம்

பால் – 200 மிலி

ஏலக்காய் – 3

முந்திரி – 12

உலர் திராட்சை – 10

தேங்காய் துருவல் – 1 கப்

நெய் – 25 கிராம்

சமைக்கும்முறை:

❖ அடுப்பில் வாணலி வைத்து சிறிதளவு நெய் ஊற்றி முதலில் பாசிப்பருப்பை பொன்னிறமாக வறுத்து எடுத்துக்கொள்ளவும்.

❖ பின் பருப்பை குக்கரில் குழைய வேக வைத்து எடுக்கவும்.

❖ அடுத்தபடியாக வெல்லத்தை தூள் செய்து, ஒரு கப் தண்ணீரில் கரைத்து, வடிகட்டி வைக்கவும்.

❖ பிறகு அடுப்பில் வாணலியில் வேகவைத்த பாசிப்பருப்பை ஊற்றி அதனுடன் கரைத்து வைத்த வெல்லத்தைச் சேர்க்க வும். கூடவே பால் சேர்த்து மிதமான தீயில் கொதிக்க விடவும்.

❖ பருப்பு வெல்ல பால் கலவை நன்கு கொதித்து வந்ததும் இறக்கிவிடவும்.

❖ தாளிப்புக் கரண்டியில் நெய் ஊற்றிக் காய்ந்ததும் நெய்யில் முந்திரி, உலர் திராட்சை எல்லாவற்றையும் வறுத்து நெய் யோடு சேர்த்து, கொதிக்கும் பாயசத்தில் கொட்டவும்.

❖ அதனுடன் ஏலக்காயைப் பொடி செய்து சேர்க்கவும். கடைசி யாக தேங்காய் பூவை நெய்யில் லேசாக வறுத்துச் சேர்த்து பாயசத்தைக் கிளறவும்.

❖ அவ்வளவுதான் சுவையான சத்தான பாசிப்பருப்பு பாயசம் தயார். சூடாகப் பரிமாறவும்.

63. அவல் பாயசம்

தேவையான பொருள்கள்:

அவல் – 100 கிராம்

ஐவ்வரிசி – 5 டீஸ்பூன்

சர்க்கரை – ¼ கிலோ

பால் – 200 மிலி

ஏலக்காய் – 6

முந்திரி – 12

திராட்சை – 10

நெய் – 3 டீஸ்பூன்

சமைக்கும்முறை:

❖ அடுப்பில் வாணலி வைத்து ஒரு ஸ்பூன் நெய் விட்டுச் சூடான தும் அவலைப் போட்டு சிவக்க வறுக்கவும்.

❖ அடுத்து அவலுடன் ஐவ்வரிசி, பாதியளவு பால் சேர்த்து ஒரு தம்ளர் தண்ணீர் விட்டுக் கொதிக்க விடவும்.

❖ அவல், ஐவ்வரிசி நன்கு வெந்ததும் அதில் சர்க்கரை சேர்த்து நன்கு கிளறவும். சர்க்கரை நன்றாகக் கரைந்ததும் இறக்கி அதில் மீதமுள்ள பாலை விட்டு, ஏலக்காயைப் பொடி செய்து போடவும்.

❖ பின் மீதமுள்ள நெய்யைச் சூடாக்கி அதில் முந்திரி, திராட் சையை சிவக்க வறுத்து எடுத்து பாயசத்தில் சேர்க்கவும்.

❖ அவ்வளவுதான் அவல் பாயசம் ரெடி.

64. செட்டிநாட்டு பால் பாயசம்

தேவையான பொருள்கள்:

பச்சரிசி – 100 கிராம்

பால் – ½ லிட்டர்

சர்க்கரை – ¼ கிலோ

ஏலக்காய் – 3

முந்திரி– 10

குங்குமப் பூ – 1 சிட்டிகை

ஏலக்காய் பவுடர் – 2 சிட்டிகை

முந்திரி – 4

நெய் – 3 டேபிள் ஸ்பூன்

சமைக்கும்முறை:

❖ முதலில் 2 ஸ்பூன் நெய்யில் நெய்யில் அரிசியை வறுத்து மிக்ஸியில் ரவை போல பொடித்துக் கொள்ளவும்.

❖ அடுத்து அந்த ரவையை பாலுடன் சேர்த்து வேக விடவும். (கொஞ்சூண்டு பாலை தனியே எடுத்து வைக்கவும்)

❖ அரிசி ரவை நன்றாக வெந்ததும் அதனுடன் சர்க்கரையைச் சேர்க்கவும். சர்க்கரை நன்கு கரைந்தவுடன் மேலும் ஒரு கொதி கொதிக்கவிட்டு இறக்கி, ஏலக்காயை பொடி செய்து தூவ வும்.

❖ மிச்சமுள்ள நெய்யில் முந்திரி, திராட்சையை வறுத்து பாய சத்தில் கொட்டவும்.

❖ கடைசியாக மீதமுள்ள எடுத்து வைத்த பாலில் குங்குமப் பூவைப் போட்டுக் கரைத்து பாயசத்தில் சேர்க்கவும்.

❖ சூப்பரான செட்டிநாட்டு பால் பாயசம் தயார்.

65. செட்டிநாட்டு கோசுமல்லி

தேவையான பொருள்கள்:

கத்தரிக்காய் – 3 அல்லது 4

பெரிய உருளைக்கிழங்கு – ஒன்று

பெரிய வெங்காயம் – ஒன்று

தக்காளி – ஒன்று

பச்சை மிளகாய் – 3

புளி – சின்ன எலுமிச்சை அளவு

மஞ்சள்தூள் – சிட்டிகை அளவு

உப்பு – தேவையான அளவு

கடுகு, உளுந்து – ½ ஸ்பூன்

மிளகாய் வற்றல் – 2

கருவேப்பிலை, மல்லித்தழை – கைப்பிடி அளவு

சமைக்கும்முறை:

❖ கத்தரிக்காயை நான்காக நறுக்கவும். உருளைக்கிழங்கை தோல் சீவி இரண்டாக நறுக்கி இரண்டையும் குக்கரில் போட்டு இரண்டு டம்ளர் தண்ணீர் ஊற்றி வேக விட்டு இறக்கிக் கொள்ளவும்.

❖ வெந்த காய்களில், கத்தரிக்காயை மட்டும் தனியாக எடுத்து மத்தால் நன்கு மசித்து வைக்கவும். உருளைக்கிழங்கை தனியாக எடுத்து மசித்துக் கொள்ளவும்.

❖ வெங்காயம், தக்காளியைப் பொடியாக நறுக்கி வைக்கவும். பச்சை மிளகாயை இரண்டாகக் கீறி வைக்கவும். புளியை ஊறவைத்துக் கரைத்து வைக்கவும்.

❖ அடுத்ததாக அடுப்பில் வாணலி வைத்து எண்ணெய் ஊற்றிக் காய்ந்ததும் கடுகு உளுந்தம் பருப்பு, மிளகாய் வற்றல் கிள்ளிப் போட்டு தாளித்து வெங்காயம், பச்சை மிளகாயைப் போட்டு வதக்கவும். வெங்காயம் கண்ணாடி போல் வதங்கியதும் தக்காளி சேர்த்து வதக்கவும். தக்காளி கூழாக வதங்கியதும்

மசித்து வைத்துள்ள கத்தரி மற்றும் உருளைக்கிழங்கு, மஞ்சள் தூள், உப்பு, சேர்த்து புளித் தண்ணீர் ஊற்றி கொதிக்க விடவும்.

❖ புளித் தண்ணீர் நன்கு கொதித்து பச்சை வாசனை போனதும் மேலும் ஒரு கொதி விட்டு கருவேப்பிலை, மல்லித்தழை தூவி இறக்கவும்.

❖ சுவையான சூப்பரான செட்டிநாட்டு கோசுமல்லி தயார். இது இட்லி, தோசை, இடியாப்பத்துக்கு ஏற்ற நல்ல செட் - டிஷ்.

66. செட்டிநாட்டு மிளகு கத்தரிக்காய்

தேவையான பொருள்கள்:

கத்தரிக்காய்– 4

சின்ன வெங்காயம் – 15

தக்காளி – 1

பூண்டு – 6 பல்

இஞ்சி – ஒரு அங்குலச் சிறிய துண்டு

மிளகாய் தூள் – 1 டீஸ்பூன்

மிளகு தூள் – 2 டீஸ்பூன்

மஞ்சள் தூள் – ½ டீஸ்பூன்

கடுகு – ½ டீஸ்பூன்

சீரகம் – 1 டீஸ்பூன்

சோம்பு – 1 ஸ்பூன்

கறிவேப்பிலை – 1 இணுக்கு

எண்ணெய் – 50 கிராம்

உப்பு – தேவையான அளவு

சமைக்கும்முறை:

❖ முதலில் தக்காளி, வெங்காயம், இஞ்சி, பூண்டை பொடியாக நறுக்கிக் கொள்ளவும். கத்தரிக்காயை நீளமாக நறுக்கி வைக்க வும்.

❖ அடுத்து அடுப்பில் வாணலி வைத்து எண்ணெய் ஊற்றிக் காய்ந்ததும் கடுகு, சீரகம் தாளிக்கவும். பின்னர் பொடியாக

நறுக்கிய இஞ்சி, பூண்டு, வெங்காயம், கறிவேப்பிலை சேர்த்து வதக்கவும். வெங்காயம் பொன்னிறமாக வதங்கியதும் தக்காளி, கத்தரிக்காயைச் சேர்த்து வதக்கவும்.

❖ பின் அதனுடன் மஞ்சள் தூள், மிளகாய் தூள், தேவையான அளவு உப்பு சேர்த்துக் கிளறி வேக வைக்கவும். காய் வேக லேசாக தண்ணீர் தெளித்தாலே போதுமானது.

❖ கத்தரிக்காய் வெந்து மிளகாய் தூள் நெடி போனதும் அடுப்பி லிருந்து இறக்கும் சமயத்தில் மிளகு தூள் சேர்த்து பிரட்டி எடுக்கவும். மல்லித் தழை தூவவும்.

❖ தொட்டுக் கொள்ள காரசாரமான மிளகு கத்தரிக்காய் ரெடி. இதை சாதத்தில் போட்டு பிசைந்தும் சாப்பிடலாம்.

67. மாங்காய் இனிப்பு பச்சடி

தேவையான பொருள்கள்:

கிளி மூக்கு மாங்காய் – 1

வெல்லம் – ¼ கிலோ (பொடி செய்த வெல்லம்)

பாசிப்பருப்பு – 2 டேபிள் ஸ்பூன்

பச்சை மிளகாய் – 2

கடுகு உளுந்து – ½ ஸ்பூன்

நெய் – 1 டேபிள் ஸ்பூன்

சமைக்கும்முறை:

❖ முதலில் பாசிப்பருப்பை அரைவேக்காடாக வேக வைத்துக் கொள்ளவும்.

❖ அடுத்து மாங்காயை தோல் சீவி பொடியாக நறுக்கி வைக்கவும்.

❖ பின் ½ தம்ளர் தண்ணீரில் மாங்காய், பச்சை மிளகாய் கீறிப் போட்டு வேகவைத்து அதனுடன் வேக வைத்த பாசிப் பருப்பையும் சேர்த்து, பொடி செய்த வெல்லத்தைப் போட்டுக் கிளறி கொதிக்க விடவும்.

❖ மாங்காய் வெந்து வெல்லம் வெந்து, எல்லாம் சேர்ந்து கெட்டியான உடன் நெய் சேர்த்து அடுப்பிலிருந்து இறக்கவும்.

❖ கடுகு உளுந்து தாளித்துக் கொட்டவும்.

❖ அவ்வளவுதான், சுவையான இனிப்பு மாங்காய் பச்சடி தயார்.

68. வாழைக்காய் புட்டு

தேவையான பொருள்கள்:

முற்றின பெரிய வாழைக்காய் – 2

வெங்காயம் – 1

பச்சை மிளகாய் – 2

தேங்காய்ப்பூ – ஒரு கப்

உப்பு – தேவையான அளவு

எண்ணெய் – 2 டீஸ்பூன்

கடுகு, உளுத்தம் பருப்பு – ஒரு டீஸ்பூன்

சமைக்கும்முறை:

❖ வாழைக்காயை இரண்டாக நறுக்கி தண்ணீரில் வேகவைத்து எடுக்கவும்.

❖ பின் தோலை உரித்துவிட்டு, பொடியாக உதிர்த்துத் தேவையான அளவு உப்பு, மஞ்சள் தூள் சேர்த்துப் பிசறி வைக்கவும்.

❖ அடுத்ததாக அடுப்பில் வாணலி வைத்து எண்ணெய் ஊற்றிக் காய்ந்ததும் கடுகு, உளுத்தம் பருப்பு தாளித்து பொடியாக நறுக்கிய வெங்காயம், இரண்டாகக் கீறிய பச்சை மிளகாயைப் போட்டு வதக்கவும்.

❖ வெங்காயம் நன்கு வதங்கியதும் உதிர்த்து வைத்துள்ள வாழைக்காயைப் போட்டுக் கிளறி, சிவந்ததும் தேவையான அளவு தேங்காய்ப்பூ சேர்த்துக் கிளறவும். இறக்கிப் பரிமாற வும்.

❖ சுவையான வாழைக்காய் புட்டு ரெடி.

69. சேப்பங்கிழங்கு வறுவல்

தேவையான பொருள்கள்:

சேப்பங் கிழங்கு – ½ கிலோ

மஞ்சள் தூள் – ½ ஸ்பூன்

மிளகாய்த் தூள் – 2 டேபிள் ஸ்பூன்

அரிசி மாவு – ½ டீஸ்பூன்

எண்ணெய் – ¼ கிலோ

உப்பு – தேவையான அளவு

சமைக்கும்முறை:

❖ முதலில் சேப்பங்கிழங்கை வேக வைத்து, தோல் நீக்கி வட்டமாக நறுக்கிக் கொள்ளவும்.

❖ அடுத்து அந்த சேப்பங்கிழங்குடன் மஞ்சள் தூள், மிளகாய்த் தூள், அரிசி மாவு, தேவையான அளவு உப்பு சேர்த்துப் பிசறிக் கலந்து வைக்கவும்.

❖ கடைசியாக அடுப்பில் வாணலி வைத்து எண்ணெய் ஊற்றிக் காய்ந்ததும் பிசறி வைத்துள்ள சேப்பங்கிழங்கை கொஞ்சம் கொஞ்சமாக எடுத்துப் போட்டுப் பொரித்து எடுக்கவும்.

❖ எண்ணெய் வடியவிட்டுப் பரிமாறவும். மொறுமொறுப்பான செட்டிநாட்டு சேப்பங்கிழங்கு வறுவல் தயார்.

70. தக்காளி பருப்பு பச்சடி

தேவையான பொருள்கள்:

துவரம் பருப்பு – 100 கிராம்

தக்காளி – ¼ கிலோ

பெரிய வெங்காயம் – 2

பச்சை மிளகாய் – 6

புளி – நெல்லிக்காய் அளவு

மஞ்சள் தூள் – 1 டீஸ்பூன்

உப்பு – தேவையான அளவு

தாளிக்க:

எண்ணெய் – 50 கிராம்

கடுகு, உளுத்தம் பருப்பு – 1 டீஸ்பூன்

மிளகாய் வற்றல் – 2

பெருங்காயம் – சிறிது

கறிவேப்பிலை – 1 துணுக்கு

கொத்தமல்லித் தழை – சிறிது

சமைக்கும்முறை:

❖ முதலில் துவரம் பருப்பை மஞ்சள் தூள் சேர்த்து நன்கு வேக விட்டு எடுத்துக் கொள்ளவும்.

❖ பின் வெங்காயம், தக்காளியைப் பொடியாக நறுக்கிக் கொள்ள வும். பச்சை மிளகாயைக் குறுக்கில் அரிந்து வைக்கவும்.

❖ புளியை கால் கப் தண்ணீரில் கரைத்துக் கொள்ளவும்.

❖ அடுத்ததாக அடுப்பில் வாணலி வைத்து எண்ணெய் ஊற்றிக் காய்ந்ததும் கடுகு, உளுத்தம் பருப்பு, கறிவேப்பிலை, மிளகாய் வற்றல், பெருங்காயம் தாளித்து வெங்காயம், பச்சை மிளகாய் சேர்த்து வதக்கவும். வெங்காயம் நன்கு வதங்கியதும் தக்காளியைச் சேர்த்து வதக்கவும்.

❖ அடுத்தபடியாக புளிக் கரைசலை சேர்த்துக் கொட்டி கொதிக்க விடவும்.

❖ ஒரு கொதி வந்ததும் வேக வைத்த பருப்பைக் கொட்டி தேவை யான அளவு உப்பு சேர்த்து மேலும் ஐந்து நிமிடம் கொதிக்க விட்டு இறக்கவும். ரொம்பவும் தண்ணியாக இல்லாமல் கொஞ்சம் கெட்டியாக இருந்தால் சுவை கூடுதலாக இருக்கும். கொத்தமல்லித் தழை தூவி சூடாகப் பரிமாறவும்.

❖ தொட்டுக் கொள்ள சுவையான சைட் – டிஷ் இது. சாதத்துடன் பிசைந்தும் சாப்பிடலாம்.

தேவையான பொருள்கள்:

சிறிய வாழைப்பூ – 1

முருங்கைக் கீரை – ஒரு கட்டு

சின்ன வெங்காயம் – 20 (அல்லது) பெரிய வெங்காயம் – 1

பச்சை மிளகாய் – 4

துவரம் பருப்பு – 50 கிராம்

மஞ்சள் பொடி – 1 டீஸ்பூன்

கடுகு, உளுத்தம்பருப்பு – 1 டீஸ்பூன்

சீரகம் – 1 டீஸ்பூன்

எண்ணெய் – 2 டேபிள் ஸ்பூன்

உப்பு – தேவையான அளவு

சமைக்கும்முறை:

❖ முதலில் துவரம் பருப்பை மஞ்சள் பொடி சேர்த்து, அரை டம்ளர் தண்ணீர் ஊற்றி முக்கால் பதத்துக்கு வேகவைத்து எடுத்துக் கொள்ளவும்.

❖ அடுத்து வாழைப்பூவை ஆய்ந்து நடுவில் உள்ள நரம்பை நீக்கி சுத்தம் செய்து கொள்ளவும்.

❖ பின் அந்த வாழைப்பூ இதழ்களை மிக்ஸியில் போட்டு இரண்டு சுற்று சுற்றி எடுத்து அதை மோர்கலந்த நீரில் போட்டு வைக்கவும்.

❖ அடுத்தபடியாக முருங்கைக்கீரையை ஆய்ந்து கழுவி பொடியாக நறுக்கிக் கொள்ளவும்.

❖ சின்ன வெங்காயத்தையும் பொடியாக நறுக்கி வைக்கவும். பச்சை மிளகாயை இரண்டாகக் கீறி வைக்கவும்.

❖ பிறகு அடுப்பில் வாணலியை வைத்து எண்ணெய் ஊற்றிக் காய்ந்ததும் கடுகு, உளுந்து, சீரகம் போட்டுத் தாளித்து, நறுக் கின சின்ன வெங்காயம், கீறின பச்சை மிளகாய் சேர்த்து வதக்கவும்.

❖ வெங்காயம் நன்கு வதங்கியதும் அரைத்து வைத்துள்ள வாழைப்பூவைச் சேர்த்து உப்பு போட்டுக் கிளறிவிடவும். ஐந்து நிமிடம் நன்றாகக் கிளறி விட்ட பிறகு ஆய்ந்து வைத்துள்ள கீரையைச் சேர்க்கவும். மேலும் ஐந்து நிமிடம் கழித்து வேக வைத்த பருப்பைப் போட்டுக் கிளறி மேலும் சிறிது நேரம் அடுப்பில் வைத்திருந்து பின்னர் இறக்கவும்.

❖ ருசியான சத்தான வாழைப்பூ முருங்கைக்கீரை பொரியல் தயார்.

❖ சாம்பார், ரசம் சாதத்துக்குத் தொட்டுக் கொள்ள ஜோரான டிஷ் இது.

72. செளசெள கூட்டு

தேவையான பொருள்கள்:

செள செள – 1

பாசிப்பருப்பு – 100 கிராம்

பெரிய வெங்காயம் – 1

தக்காளி – 1

பச்சை மிளகாய் – 3

இஞ்சி – சிறு துண்டு

நெய் – 2 ஸ்பூன்

கொத்தமல்லி – சிறிது

தேங்காய் – 1 பத்தை

கடுகு, சீரகம் – ½ ஸ்பூன்

பெருங்காயம் – 2 சிட்டிகை

உப்பு – தேவையான அளவு

சமைக்கும்முறை:

❖ செளசெளவை தோல் நீக்கி துண்டுகளாக நறுக்கிக் கொள்ளவும். வெங்காயம், தக்காளியைப் பொடியாக நறுக்கி வைக்கவும்.

❖ அடுத்ததாக பச்சைமிளகாய், இஞ்சி, தேங்காய் மூன்றையும் சேர்த்து விழுதாக அரைத்துக் கொள்ளவும்.

❖ பின் அடுப்பில் பாத்திரம் வைத்து பாசிப்பருப்பு அதனுடன் செளசெள, வெங்காயம், தக்காளி சேர்த்து தம்ளர் தண்ணீர் சேர்த்து வேக விடவும்.

❖ பாசிப்பருப்பும், செளசெள காயும் வெந்ததும் அரைத்து வைத்துள்ள தேங்காய் விழுதை அதனுடன் சேர்த்து தேவையான அளவு உப்பு போட்டுக் கொதிக்கவிடவும்.

❖ கூட்டு கெட்டியானதும் நெய்யில் கடுகு, சீரகம், பெருங்காயம் தாளித்து கூட்டில் கொட்டவும். மல்லித்தழை தூவி இறக்கவும்.

❖ அவ்வளவுதான், சுவையான செளசெள பாசிப்பருப்பு கூட்டு தயார்.

73. செட்டிநாட்டு தொரக்கல்

தேவையான பொருள்கள்:

கத்திரிக்காய் – 4

பெரிய உருளைக்கிழங்கு – 1

பெரிய வெங்காயம் – 1

தக்காளி – 1

அரைக்க:

தேங்காய் – ½ மூடி

பச்சை மிளகாய் – 4

மிளகாய் வற்றல் – 6

சோம்பு – ½ டீஸ்பூன்

சீரகம் – ½ டீஸ்பூன்

முந்திரிப்பருப்பு – 2

பொட்டுக்கடலை – 2 டீஸ்பூன்

உப்பு – தேவையான அளவு

தாளிக்க:

சோம்பு – ¼ டீஸ்பூன்

மிளகு – 10

பட்டை – 1 சிறிய துண்டு

எண்ணெய் – 50 மிலி

சமைக்கும்முறை:

❖ முதலில் கத்திரிக்காய், உருளைக்கிழங்கை துண்டுகளாக நறுக்கிக் கொள்ளவும்.

❖ வெங்காயம், தக்காளியைப் பொடியாக அரிந்து வைக்கவும்.

❖ தேங்காயைத் துருவிக்கொள்ளவும்.

❖ அடுத்ததாக தேங்காய், பச்சை மிளகாய், மிளகாய் வற்றல், சோம்பு, சீரகம், உடைச்சக் கடலை, முந்திரி அனைத்தையும் ஒன்றாகச் சேர்த்து விழுதாக அரைத்துக் கொள்ளவும்.

❖ பின் அடுப்பில் வாணலி வைத்து எண்ணெய் ஊற்றிக் காய்ந்த தும் பட்டை, மிளகு, சோம்பு தாளித்து வெங்காயம், தக்காளி, நறுக்கிய கத்தரிக்காய், உருளைக்கிழங்கு சேர்த்து வதக்கவும்.

❖ காய்கள் நன்கு வதங்கியதும் அதனுடன் அரைத்த வைத்துள்ள விழுதையும் போட்டு, பச்சை வாசனை போகக் கிளறி, 4 அல்லது 5 கப் தண்ணீர் விட்டுக் கொதிக்க விடவும். தேவை யான அளவு உப்பு சேர்க்கவும்.

❖ காயும் விழுதும் எல்லாம் சேர்ந்தாற்போல கொதித்து கெட்டி யானதும் இறக்கி பரிமாறவும்.

❖ அவ்வளவுதான் செட்டிநாட்டு தெரக்கல் ரெடி.

❖ இட்லி, தோசை, சப்பாத்திக்குத் தொட்டுக்கொள்ளச் சரியான சைட் டிஷ் இது.

74. வாழைக்காய் கல்யாண பொரியல்

தேவையான பொருள்கள்:

நல்ல முற்றின வாழைக்காய் – 2

சோம்பு – ½ டீஸ்பூன்

உளுத்தம்பருப்பு – 1 டீஸ்பூன்

எண்ணெய் – 100 மிலி

உப்பு – தேவையான அளவு

அரைக்க:

உடைச்ச கடலை – 2 டீஸ்பூன்

கசகசா – 1 டீஸ்பூன்

சோம்பு – ½ டீஸ்பூன்

மிளகாய் வற்றல் – 5

சமைக்கும்முறை:

❖ முதலில் வாழைக்காயைத் தோல் சீவி, நீளத் துண்டுகளாக நறுக்கிக் கொள்ளவும்.

❖ அடுத்ததாக உடைச்ச கடலை, கசகசா, சோம்பு, மிளகாய் வற்றல் அனைத்தையும் சேர்த்து விழுதாக அரைத்துக் கொள்ளவும்.

❖ பின் ஒரு பாத்திரத்தில் வாழைக்காய் துண்டுகளைப் போட்டு அதில் அரைத்த விழுதையும், தேவையான அளவு உப்பையும் சேர்த்து பிசறிக் கொள்ளவும்.

❖ அடுத்து அடுப்பில் வாணலி வைத்து எண்ணெய் ஊற்றிக் காய்ந்ததும் பிசறி வைத்துள்ள வாழைக்காய் துண்டுகளைப் போட்டு வேகவிட்டு எடுக்கவும்.

❖ சூப்பரான கல்யாண வாழைக்காய் பொரியல் தயார். செட்டிநாட்டுக் கல்யாண விருந்தில் தவறாமல் இடம் பெறும் உணவுப் பதார்த்தம் இது.

75. செட்டிநாட்டு ஸ்பெஷல் அவியல்

தேவையான பொருள்கள்:

கத்தரிக்காய் – 3

உருளைக்கிழங்கு – 1

சேனைக் கிழங்கு – ஒரு சிறு துண்டு

வாழைக்காய் – 1

அவரைக்காய் – 4

முருங்கைக்காய் – 1

பெரிய வெங்காயம் – 2

தக்காளி – 1

மிளகாய்வற்றல் – 8

தனியா – 2 ஸ்பூன்

சீரகம் – அரை டிஸ்பூன்

சோம்பு – 1 டிஸ்பூன்

தேங்காய் துருவல் – 1 ஸ்பூன்

பொட்டுக்கடலை – 1 டிஸ்பூன்

பட்டை – 1

எண்ணெய் – 100 கிராம்

உப்பு – தேவையான அளவு

சமைக்கும்முறை:

❖ முதலில் எல்லாக் காய்களையும், வெங்காயம், தக்காளியை யும் பொடியாக நறுக்கிக் கொள்ளவும்.

❖ அடுத்து மிளகாய் வற்றல், தனியா, சோம்பு, சீரகம் நான்கை யும் ஒன்றாகச் சேர்த்து விழுதாக அரைக்கவும். அதே போல தேங்காயுடன் பொட்டுக்கடலை சேர்த்து அதையும் தனியே விழுதாக அரைக்கவும்.

❖ பிறகு அடுப்பில் வாணலி வைத்து எண்ணெய் ஊற்றிக் காய்ந் ததும், பட்டை தாளித்து முதலில் வெங்காயம் போட்டு வதக்க வும். வெங்காயம் வதங்கியதும் மற்ற காய்கறிகள் அனைத்தை யும் போட்டு வதக்கவும். கடைசியாக தக்காளியைப் போட்டு வதக்கவும்.

❖ எல்லாம் வதங்கியதும் மிளகாய் வற்றல் விழுதைச் சேர்த்து பச்சை வாசனை போக வதக்கி இரண்டு தம்ளர் தண்ணீர் விட்டு கொதிக்க விடவும்.

❖ காய்கள் கொதித்து நன்றாக வெந்ததும் கடைசியாக தேங்காய் விழுதைச் சேர்த்து மேலும் ஒரு கொதி கொதிக்க விட்டு இறக்கவும்.

❖ அவ்வளவுதான் செட்டிநாட்டு ஸ்பெஷல் அவியல் ரெடி. இது சாதத்துக்கு மட்டுமல்ல இட்லி, தோசை, பருப்பு அடைக்கும் கூட தொட்டுக்கொள்ள ஜோரான ஜோடி.

தேவையான பொருள்கள்:

பெரிய வெங்காயம் – 2

கத்திரிக்காய் – 150 கிராம்

உருளைக்கிழங்கு – 150 கிராம்

முட்டைக்கோஸ் – 150 கிராம்

பீன்ஸ் – 100 கிராம்

பட்டாணி – 100 கிராம்

எண்ணெய் – 100 மிலி

உப்பு – தேவையான அளவு

கடுகு, உளுத்தம்பருப்பு – ½ தேக்கரண்டி

கருவேப்பிலை – ஒரு இணுக்கு

அரைத்துக் கொள்ளத் தேவையானவை:

சின்ன வெங்காயம் – 10

பச்சை மிளகாய் – 8

இஞ்சி – ½ அங்குலத்துண்டு

பூண்டு – 8 பல்

கசகசா – 2 டீஸ்பூன்

மிளகு – ¼ டீஸ்பூன்

சீரகம் – 1 டீஸ்பூன்

சோம்பு – ¼ டீஸ்பூன்

சமைக்கும்முறை:

❖ முதலில் வெங்காயம், கத்திரிக்காய், உருளைக்கிழங்கு, பீன்ஸ், முட்டைக்கோஸ் எல்லாவற்றையும் நீளவாக்கில் அரிந்து வைக்கவும்.

❖ அடுத்ததாக உருளைக்கிழங்கு, கோஸ், பட்டாணி, பீன்ஸ் இவற்றைத் தனியே குக்கரில் வேக வைத்து எடுத்துக் கொள்ளவும்.

❖ காய்கள் வேகும் நேரத்தில் சின்ன வெங்காயம், பச்சை மிளகாய், பூண்டு, இஞ்சி, கசகசா, மிளகு, சீரகம், சோம்பு எல்லாவற்றையும் ஒன்றாகச் சேர்த்து விழுதாக அரைத்துக் கொள்ளவும்.

❖ பிறகு அடுப்பில் வாணலி வைத்து எண்ணெய் ஊற்றிக் காய்ந்ததும் கடுகு, உளுத்தம் பருப்பு, கருவேப்பிலை தாளித்து வெங்காயம் சேர்த்து வதக்கவும். வெங்காயம் கண்ணாடி போல் வதங்கியதும், கத்திரிக்காய் சேர்த்து நன்கு வதக்கவும்.

❖ கத்தரிக்காய் வதங்கியதும் அரைத்து வைத்துள்ள மசாலா விழுதைச் சேர்த்து கூடவே தேவையான அளவு உப்பு போட்டு பச்சை வாசனை போகும்வரை வதக்கவும்.

❖ பிறகு அதனுடன் வேக வைத்துள்ள காய்கறிகளைச் சேர்த்து வதக்கி குழம்புக்குத் தேவையான அளவு நீர் ஊற்றி கொதிக்க விடவும்.

❖ குழம்பு திக்கானதும் மல்லித்தழை தூவி இறக்கவும்.

❖ அவ்வளவுதான் செட்டிநாட்டு காய்கறிகள் கதம்பக் கறி தயார். இது இட்லி தோசைக்கும்கூட தொட்டுக்கொள்ள ஜோராக இருக்கும்.

77. செட்டிநாட்டு பட்டாணி மசாலா

தேவையான பொருள்கள்:

காய்ந்த பட்டாணி – ¼ கிலோ

பெரிய வெங்காயம் – 1

தக்காளி – 1

அரிசி மாவு – 1 டீஸ்பூன்

மஞ்சள் தூள் – ½ டீஸ்பூன்

அரைக்க:

சின்ன வெங்காயம் – 8

மிளகாய் வற்றல் – 5

பூண்டு – 6 பல்

இஞ்சி – 1 அங்குலத் துண்டு

சோம்பு – ½ டீஸ்பூன்

சீரகம் – ½ டீஸ்பூன்

கசகசா – ½ டீஸ்பூன்

பொட்டுக்கடலை – 2 டீஸ்பூன்

தேங்காய் துருவல் – 2 டீஸ்பூன்

தாளிக்க:

பட்டை – 1

லவங்கம் – 1

சீரகம் – ¼ டீஸ்பூன்

எண்ணெய் – 100 மிலி

உப்பு – தேவையான அளவு

சமைக்கும்முறை:

❖ முதல் கட்டமாக காய்ந்த பட்டாணியை முதல் நாள் இரவே ஊறப் போட்டு விடவேண்டும்.

❖ பிறகு காலையில் எடுத்து தண்ணீரை வடித்துவிட்டு அரை உப்பு போட்டு வேகவைத்து எடுத்துக் கொள்ளவும்.

❖ அடுத்ததாக வெங்காயம், தக்காளியைப் பொடியாக நறுக்கி வைக்கவும்.

❖ இதற்குப் பிறகு சின்ன வெங்காயம் முதல் தேங்காய் வரை பட்டியலில் அரைக்கக் கொடுத்துள்ளவற்றை ஒன்றாகச் சேர்த்து விழுதாக அரைத்து வைக்கவும்.

❖ கடைசியாக அடுப்பில் வாணலி வைத்து எண்ணெய் விட்டுக் காய்ந்ததும் பட்டை, லவங்கம், சீரகம் போட்டு தாளித்து பொடியாக நறுக்கி வைத்துள்ள வெங்காயத்தைப் போட்டு வதக்கவும். வெங்காயம் நன்கு வதங்கியதும் தக்காளியைப் போட்டு வதக்கி, கூடவே அரைத்து வைத்துள்ள மசாலாவைச் சேர்த்து வதக்கவும்.

❖ மசாலா பச்சை வாசனை போகும்வரை வதக்கி அதனுடன் அரை டம்ளர் தண்ணீர் விட்டு மஞ்சள் தூள், தேவையான அளவு உப்பு போட்டுக் கொதிக்கவிடவும்.

❖ கலவை நன்கு கொதித்து வரும்போது வேக வைத்துள்ள பட்டாணியைப் போட்டுக் கிளறி மேலும் கொதிக்கவிடவும். கூடவே அரிசி மாவு கரைத்து ஊற்றிக் கிளறி இறக்கவும்.

❖ அவ்வளவுதான், சூப்பரான செட்டிநாட்டு பட்டாணி மசாலா தயார்.

78. கோவைக்காய் பொரியல்

தேவையான பொருள்கள்:

கோவைக்காய் – ¼ கால் கிலோ

மஞ்சள்தூள் – 1 சிட்டிகை அளவு

மிளகாய்த்தூள் – 2 டி ஸ்பூன்

சீரகத் தூள் – 1 டிஸ்பூன்

தனியாத் தூள் – 1 டிஸ்பூன்

கறிவேப்பிலை – சிறிதளவு

எண்ணெய் – ஒரு டேபிள் ஸ்பூன்

உப்பு – தேவையான அளவு.

சமைக்கும்முறை:

❖ முதலில் கோவைக்காயை நீளவாக்கில் நறுக்கிக் கொள்ளவும்.

❖ பின் அந்த காயுடன் மஞ்சள் தூள், மிளகாய்த்தூள், சீரகத்தூள், தனியாத்தூள், தேவையான அளவு உப்பு, கறி வேப்பிலை சேர்த்துப் பிசறி 5 நிமிடம் ஊறவைக்கவும்.

❖ அடுத்ததாக அடுப்பில் வாணலி வைத்து, எண்ணெய் ஊற்றிக் காய்ந்ததும் பிசறி வைத்த கோவைக்காயைப் போட்டு காயை புரட்டி திருப்பிப் போட்டு தீயை சிம்மில் வைத்து மேலும் வேகவிடவும்.

❖ கோவைக்காய் நன்கு வதங்கி பொன்னிறமானதும் இறக்கிப் பரிமாறவும்.

❖ அவ்வளவுதான் சூப்பரான கோவைக்காய் வறுவல் ரெடி. சாம்பார், ரசம் சாதத்துடன் மற்றும் எல்லா வகை கதம்ப சாதத்துடன் சாப்பிட அட்டகாசமாக இருக்கும்.

79. சேனைக்கிழங்கு சாப்ஸ்

தேவையான பொருள்கள்:

சேனைக்கிழங்கு – ¼ கிலோ

மஞ்சள் தூள் – ¼ டீஸ்பூன்

எண்ணெய் – 100 மிலி

அரைக்க:

தேங்காய் – ½ மூடி

மிளகாய் வற்றல் – 12

சோம்பு – 1 டீஸ்பூன்

பூண்டு – 6 பல்

உப்பு – தேவையான அளவு

சமைக்கும்முறை:

❖ முதலில் சேனைக்கிழங்கை தோல் சீவி சதுர சதுர துண்டுகளாக நறுக்கி வைக்கவும்.

❖ நறுக்கி வைத்த கிழங்கை மஞ்சள்தூள், அரை உப்பு சேர்த்து, வேக வைத்து எடுத்துக் கொள்ளவும்.

❖ அடுத்தபடியாக அரைக்க கொடுத்திருக்கும் பொருள்களை தேங்காய் முதல் பூண்டு வரை எல்லாவற்றையும் ஒன்றாகச் சேர்த்து விழுதாக அரைத்தெடுக்கவும்.

❖ அந்த அரைத்த விழுதை, வேகவைத்த கிழங்குத் துண்டுகளின் இருபுறமும் தடவி பத்து நிமிடம் ஊறவிடவும்.

❖ கடைசியாக அடுப்பில் தோசைக்கல்லைக் காயவைத்து, அதில் இரண்டு மூன்று துண்டுகளாகப் போட்டு, அதைச் சுற்றிலும் தாராளமாக எண்ணெய் விட்டு சிவக்க வேக விடவும்.

❖ ஒருபுறம் வெந்ததும் மறுபுறம் திருப்பிவிட்டு, மீண்டும் எண்ணெய் விட்டு நன்கு சிவக்க மொறுமொறுப்பாக வேகவிட்டு எடுக்கவும்.

❖ அவ்வளவுதான் ஜோரான சேனைக்கிழங்கு சாப்ஸ் ரெடி.

தேவையான பொருள்கள்:

பிஞ்சு சுண்டைக்காய் – 100 கிராம்

துவரம்பருப்பு – 100 கிராம்

சின்ன வெங்காயம் – 10

தக்காளி – 2

பச்சைமிளகாய் – 4

புளி – நெல்லிக்காய் அளவு

கடுகு, உளுத்தம்பருப்பு – 1 டீஸ்பூன்

சோம்பு – ½ டீஸ்பூன்

மஞ்சள்தூள் – சிட்டிகை அளவு

பெருங்காயத்தூள் – சிட்டிகை அளவு

எண்ணெய் – 100 கிராம்

மல்லித்தழை – கைப்பிடி அளவு

சமைக்கும்முறை:

❖ சுண்டைக்காயை கழுவிச் சுத்தம் செய்து ஒன்றிரண்டாகத் தட்டி நசுக்கி வைத்துக் கொள்ளவும்.

❖ அடுத்து, துவரம் பருப்பை மஞ்சள் தூள், பெருங்காயம் சேர்த்து வேக வைத்து எடுத்துக் கொள்ளவும்.

❖ பின் புளியை தண்ணீர் விட்டுக் கரைத்து வடிகட்டி வைக்கவும்.

❖ அடுத்தபடியாக வெங்காயம், தக்காளியைப் பொடியாக நறுக்கி, பச்சை மிளகாயைக் குறுக்கில் கீறி வைக்கவும்.

❖ பிறகு அடுப்பில் வாணலி வைத்து எண்ணெய் ஊற்றிக் காய்ந் ததும் கடுகு, உளுத்தம்பருப்பு, சோம்பு தாளித்து வெங்காயம், பச்சைமிளகாய் சேர்த்து வதக்கவும். பின் தக்காளி சேர்த்து வதக்கவும்.

❖ எல்லாம் நன்கு வதங்கியதும் சுண்டைக்காயையும் சேர்த்து வதக்கி மூடி போட்டு மூடி ஐந்து நிமிடம் வேக விடவும்.

❖ சுண்டைக்காய் வெந்ததும் புளித்தண்ணீர் ஊற்றவும். தேவை யான அளவு உப்பு சேர்த்துக் கொதிக்க விடவும்.

❖ புளித் தண்ணீர் பச்சை வாசனை போனதும் அதனுடன் வேக வைத்துள்ள துவரம் பருப்பைச் சேர்த்து மேலும் சில நிமிடங் கள் கொதிக்க விடவும். கெட்டியானதும் மல்லித்தழை தூவி இறக்கவும்.

❖ சுவையான கறிச் சுண்டைக்காய் பச்சடி ரெடி.

குழம்பு வகைகள்

81. செட்டிநாட்டு முருங்கைக்காய் சாம்பார்

தேவையான பொருள்கள்:

துவரம் பருப்பு – ¼ கிலோ

பெரிய வெங்காயம் – 2

தக்காளி – 1

முருங்கைக்காய் – 2

பச்சை மிளகாய் – 2

புளி – எலுமிச்சை அளவு

மஞ்சள் தூள் – ½ டீஸ்பூன்

சாம்பார் மிளகாய் தூள் – 2 ஸ்பூன்

கறிவேப்பிலை – ஒரு இணுக்கு

கடுகு, உளுத்தம் பருப்பு – ½ ஸ்பூன்

பெருங்காயம் – ஒரு சிட்டிகை

வெந்தயம் – ½ டீஸ்பூன்

உப்பு – தேவையான அளவு

சமைக்கும்முறை:

❖ முதலில் துவரம் பருப்பை மஞ்சள் பொடி சேர்த்து வேக வைத்துக் கொள்ளவும்.

❖ வெங்காயம், தக்காளியைப் பொடியாக நறுக்கிக் கொள்ளவும். முருங்கைக்காயைத் துண்டுகள் போட்டுக் கொள்ளவும். பச்சை மிளகாயை இரண்டாகக் கீறி வைக்கவும்.

❖ அடுத்ததாக வேக வைத்த பருப்புடன் நறுக்கி வைத்துள்ள முருங்கைக்காய், வெங்காயம், தக்காளி பச்சை மிளகாய் ஆகியவற்றை நறுக்கிப் போட்டு, மிளகாய் தூள், தேவை யான அளவு உப்பு போட்டு, புளிக் கரைசலை ஊற்றிக் கொதிக்க விடவும்.

❖ சாம்பார் நன்கு கொதித்து முருங்கைக்காய் வெந்ததும் கடுகு, உளுந்து, வெந்தயம், பெருங்காயம், கறிவேப்பிலை தாளித்துக் கொட்டி இறக்கவும்.

❖ கமகமக்கும் செட்டிநாட்டு சாம்பார் ரெடி.

82. காய்கறி புளி மண்டி

தேவையான பொருள்கள்:

சிறிய வெங்காயம் – 20

தக்காளி – 2

வெண்டைக்காய் – 100 கிராம்

உருளைக்கிழங்கு – 2

கேரட் – 1

பச்சை மிளகாய் –10

புளி – நெல்லிக்காய் அளவு

பூண்டு – 20 பல்

நல்லெண்ணெய் – 50 மிலி

உப்பு – தேவையான அளவு

வெல்லம் – ஒரு கோலி அளவு

தாளிக்க:

கடுகு, உளுத்தம்பருப்பு – ½ டீஸ்பூன்

வெந்தயம் – ¼ டீஸ்பூன்

பெருங்காயத்தூள் – 1 சிட்டிகை

சமைக்கும்முறை:

❖ முதலில் வெங்காயம், தக்காளி, வெண்டைக்காய், உருளைக் கிழங்கு, கேரட் முதலான அனைத்தையும் நறுக்கி வைக்கவும். பச்சை மிளகாயை கீறிக் கொள்ளவும்.

❖ புளியைக் கரைத்து புளித் தண்ணீர் எடுத்து வைக்கவும்.

❖ அடுத்ததாக அடுப்பில் வாணலி வைத்து நல்லெண்ணெய் ஊற்றிக் காய்ந்ததும் கடுகு, உளுத்தம் பருப்பு, வெந்தயம்,

பெருங்காயம் தாளித்து வெங்காயம், தக்காளி, பூண்டு, பச்சை மிளகாய் இவற்றை ஒன்றன் பின் ஒன்றாகப் போட்டு நன்றாக வதக்கவும்.

❖ வெங்காயம், தக்காளி நன்கு வதங்கியதும் காய்கறிகளைப் போட்டு வதக்கவும். பின் அதனுடன் புளித்தண்ணீரை ஊற்றி, தேவையான அளவு உப்பு போட்டுக் கொதிக்கவிடவும்.

❖ இந்தக் காய்கறி புளி மண்டியில் காரப்பொடி எதுவும் போடத் தேவையில்லை. பச்சை மிளகாய் காரமே போதுமானது. இறக்குவதற்கு முன் வெல்லத்தைப் பொடி செய்து சேர்த்துக் கிளறி மேலும் ஒரு கொதி விட்டு இறக்கவும்.

❖ அவ்வளவுதான் செட்டிநாட்டு காய்கறி புளி மண்டி ரெடி.

83. கத்தரிக்காய் முருங்கைக்காய் காரக்குழம்பு

தேவையான பொருள்கள்:

பெரிய வெங்காயம் – 1

சின்ன வெங்காயம் – 15 – 20

தக்காளி – 2

பிஞ்சு கத்தரிக்காய் – 200 கிராம்

முருங்கைக்காய் – 1

தேங்காய் துருவல் – 2 டேபிள் ஸ்பூன்

புளி – ஒரு சிறிய எலுமிச்சையளவு

மஞ்சள் பொடி – ஒரு சிட்டிகை

சாம்பார் மிளகாய் தூள் – 3 டேபிள் ஸ்பூன்

கடுகு, உளுத்தம் பருப்பு – 1 டீஸ்பூன்

கடலைப்பருப்பு – 1 டேபிள் ஸ்பூன்

கறிவேப்பிலை – ஒரு இணுக்கு

மிளகாய் வற்றல் – 2

பொடித்த வெல்லம் – ஒரு டேபிள் ஸ்பூன்

எண்ணெய் – 50 கிராம்

உப்பு – ஒன்றரை டீஸ்பூன்

சமைக்கும்முறை:

❖ பெரிய வெங்காயம், தக்காளியை, கத்தரிக்காய், முருங்கைக் காயை துண்டுகளாக்கிக் கொள்ளவும்.

❖ சின்ன வெங்காயத்தைத் தோலுரித்து வைக்கவும்.

❖ புளியை ஒரு தம்ளர் தண்ணீரில் ஊற வைத்து வடிகட்டி வைக்கவும்.

❖ அடுத்ததாக அடுப்பில் வாணலியை வைத்து ஒரு ஸ்பூன் எண்ணெய் ஊற்றி பெரிய வெங்காயத்தைப் போட்டு வதக்க வும். அடுத்து தக்காளியைச் சேர்த்து வதக்கவும். தக்காளி வதங்கிக் கூழானதும் அதனுடன் மிளகாய் தூள், தேங்காய் துருவல் சேர்த்து மேலும் இரண்டு நிமிடம் வதக்கவும்.

❖ மிளகாய் தூள் நெடி போனதும் இறக்கி ஆற வைத்து நன்கு விழுதாக அரைக்கவும்.

❖ பின் அடுப்பில் வாணலியை வைத்து மீதமுள்ள எண்ணெய் முழுவதும் ஊற்றி கடுகு, உளுத்தம் பருப்பு, கறிவேப்பிலை, கடலைப்பருப்பு, மிளகாய் வற்றல் கிள்ளிப் போட்டுத் தாளித்து சின்ன வெங்காயம் சேர்த்து வதக்கவும்.

❖ வெங்காயம் வதங்கியதும் கத்தரிக்காய், முருங்கைக்காய் களைப் போட்டு வதக்கவும். காய்கள் நன்கு வதங்கியதும் மஞ்சள் பொடி, தேவையான அளவு உப்பு போட்டு, புளியைக் கரைத்து புளித் தண்ணீர் ஊற்றிக் கொதிக்க விடவும். புளி பச்சை வாசனை போனதும் அரைத்து வைத்துள்ள விழுதைப் போட்டு மேலும் பத்து நிமிடங்கள் கொதிக்க விடவும்.

❖ குழம்பு நன்கு கொதித்து எண்ணெய் திரண்டதும் வெல்லம் சேர்த்து கொதிக்கவிட்டு, மல்லித்தழை தூவி இறக்கவும்.

❖ காரசாரமான கத்தரிக்காய், முருங்கைக்காய் காரக்குழம்பு தயார்.

84. அகத்திக்கீரை மண்டி

தேவையான பொருள்கள்:

அகத்திக்கீரை – ஒரு கட்டு

சின்ன வெங்காயம் – இருபது

தக்காளி – 1

பச்சை மிளகாய் – 3

பூண்டு – 5 பல்

எண்ணெய் – ஒரு டேபிள் ஸ்பூன்

கடுகு, உளுத்தம் பருப்பு – ஒரு டேபிள் ஸ்பூன்

சீரகம் – அரை டீஸ்பூன்

மிளகாய் வற்றல் – 2

மஞ்சள் தூள் – ¼ டீஸ்பூன்

தேங்காய் – அரை மூடி

உப்பு – தேவையான அளவு

அரிசி கழுவிய நீர் – ½ தம்ளர்

சமைக்கும்முறை:

❖ முதலில் கீரையை ஆய்ந்து கழுவி வைக்கவும்.

❖ அடுத்து வெங்காயம், பூண்டைத் தோலுரித்து பொடியாக நறுக்கி வைக்கவும். பச்சை மிளகாயை இரண்டாக கீறிக் கொள்ளவும்.

❖ தேங்காயைத் துருவி கெட்டியாக பாலெடுத்து தனியே வைக்கவும்.

❖ அடுத்ததாக அடுப்பில் வாணலியை வைத்து எண்ணெய் ஊற்றிக் காய்ந்ததும் கடுகு, உளுத்தம் பருப்பு, சீரகம், மிளகாய் வற்றல் கிள்ளிப் போட்டுத் தாளிக்கவும். பின் நறுக்கி வைத்துள்ள வெங்காயம், பூண்டு, பச்சை மிளகாய் சேர்த்து வதக்கவும்.

❖ வெங்காயம் நன்கு வதங்கியதும் மஞ்சள் தூள், தக்காளி சேர்த்து வதக்கவும். பின் கீரையைச் சேர்த்து வதக்கி அரிசி

கழுவிய நீர், தேவையான அளவு உப்பு சேர்த்து கீரை நன்கு வேகும் வரை கொதிக்க வைக்கவும்.

❖ கீரை வெந்ததும் அடுப்பை சிம்மில் வைத்து தேங்காய்ப் பாலை ஊற்றவும். கீரை மேலாக நுரை கட்டியதும் மேலும் கொதிப்பதற்கு முன்பு இறக்கி விடவும்.

❖ ருசியான அகத்திக்கீரை மண்டி ரெடி.

85. பாசிப்பயறு தண்ணிக்குழம்பு

தேவையான பொருள்கள்:

பாசிப்பயறு – 100 கிராம்

சின்ன வெங்காயம் – 15

தக்காளி – 2

புளி – ஒரு சிறிய நெல்லிக்காய் அளவு

சாம்பார் மிளகாய் தூள் – 2 டேபிள் ஸ்பூன்

மஞ்சள் பொடி – 1 டீஸ்பூன்

எண்ணெய் – 3 டேபிள் ஸ்பூன்

கடுகு, உளுத்தம் பருப்பு – ஒரு டேபிள் ஸ்பூன்

கறிவேப்பிலை – ஒரு கொத்து

மல்லித்தழை – கைப்பிடி அளவு

அரைக்க:

சோம்பு – 1 டீஸ்பூன்

சீரகம் – ½ டீஸ்பூன்

பூண்டு – 2 பல்

தேங்காய் துருவல் – 1 டேபிள் ஸ்பூன்

சமைக்கும்முறை:

❖ முதலில் பாசிப்பயற்றை வாசனை வருமளவுக்கு வறுத்து இரண்டு தம்ளர் தண்ணீர் விட்டு வேக வைக்கவும்.

❖ வெங்காயம், தக்காளியைப் பொடியாக நறுக்கி வைக்கவும். பச்சை மிளகாயை இரண்டாக கீறிக் கொள்ளவும்.

- ❖ அடுத்ததாக தேங்காய் துருவல், சோம்பு, சீரகம், பூண்டு அனைத்தையும் சேர்த்து விழுதாக அரைக்கவும்.

- ❖ புளியை அரை தம்ளர் தண்ணீரில் ஊற வைத்து கரைத்து வடிகட்டி வைக்கவும்.

- ❖ பின் அந்தப் புளித்தண்ணீரில் அரைத்த விழுதைச் சேர்த்துக் கலக்கி வைக்கவும்.

- ❖ அடுத்தபடியாக வேக வைத்த பயறில் நறுக்கி வைத்துள்ள வெங்காயம், தக்காளி, மஞ்சள் தூள், மிளகாய்த் தூள், தேவை யான அளவு உப்பு சேர்த்து ஐந்து நிமிடம் கொதிக்க விடவும்.

- ❖ பிறகு அதில் புளிக்கரைசலை ஊற்றி மேலும் கொதிக்க விடவும்.

- ❖ புளி பச்சை வாசனை போய் பயறு வாசனை தூக்கலாக வந்ததும் இறக்கி விடவும்.

- ❖ கடைசியாக, அடுப்பில் வாணலியை வைத்து எண்ணெய் ஊற்றி கருவேப்பிலை, கடுகு, உளுத்தம்பருப்பு தாளித்துக் கொட்டவும். மல்லித்தழை தூவி விடவும்.

86. பருப்பு உருண்டைக் குழம்பு

பருப்பு உருண்டைக்குத் தேவையான பொருள்கள்:

கடலைப்பருப்பு – 100 கிராம்

துவரம்பருப்பு – 100 கிராம்

பெரிய வெங்காயம் – 1

மிளகாய் வற்றல் – 4

சோம்பு – ½ டீஸ்பூன்

மஞ்சள்தூள் – ½ டீஸ்பூன்

குழம்புக்குத் தேவையான பொருள்கள்:

வெங்காயம் – 2

தக்காளி – 1

புளி – சின்ன எலுமிச்சை அளவு

மஞ்சள்தூள் – ¼ டீஸ்பூன்

குழம்பு மிளகாய்த்தூள் – 2 டேபிள் ஸ்பூன்

சோம்பு தூள் – 1 டீஸ்பூன்

கடுகு – 1 டீஸ்பூன்

எண்ணெய் – 50 மிலி

உப்பு – தேவையான அளவு

கருவேப்பிலை – ஒரு கொத்து

கொத்தமல்லி – கைப்பிடி அளவு

சமைக்கும்முறை:

❖ முதலில் உருண்டைகள் தயார் செய்து கொள்வோம். அதற்கு முதல்படியாக கடலைப் பருப்பு, துவரம்பருப்பை ஒரு மணி நேரம் ஊறவைக்கவும். பின் தண்ணீரை சுத்தமாக வடிகட்டி மிளகாய் வற்றல், சோம்பு, தேவையான அளவு உப்பு சேர்த்து ஒன்றிரண்டாக கரகரப்பாக அரைத்துக் கொள்ளவும். அடுத்து அரைத்த பருப்புடன் வெங்காயத்தைப் பொடியாக நறுக்கிச் சேர்த்து சிறு சிறு உருண்டைகளாக உருட்டி வைக்கவும்.

❖ அந்த உருண்டைகளை இட்லி பாத்திரத்தில் வைத்து வேக வைத்து எடுத்துக் கொள்ளவும்.

❖ அடுத்து குழம்பு தயாரிப்பு.

❖ புளியைக் கரைத்து வடிகட்டி அந்தப் புளிக்கரைச்சலுடன் குழம்பு மிளகாய் தூள், மஞ்சள் தூள், சோம்புத் தூள், தேவை யான உப்பு சேர்த்துக் கலக்கி வைக்கவும்.

❖ பின் அடுப்பில் வாணலி வைத்து எண்ணெய் ஊற்றிக் காய்ந் ததும் கடுகு தாளித்து பொடியாக நறுக்கிய வெங்காயம், தக்காளியைப் போட்டு வதக்கவும். பின் அதில் குழம்பு கரைசலை ஊற்றி நன்றாகக் கொதிக்க விடவும்.

❖ குழம்பு நன்கு கொதித்து மிளகாய் தூள் நெடி போனதும் பருப்பு உருண்டைகளை ஒன்றன் பின் ஒன்றாகக் கொதிக்கும் குழம்பில் போடவும். உருண்டைகள் வெந்ததும் மல்லித்தழை தூவி இறக்கி விடவும்.

❖ சுவையான பருப்பு உருண்டைக் குழம்பு தயார்.

87. செட்டிநாட்டு கொண்டைக்கடலை குழம்பு

தேவையான பொருள்கள்:

கொண்டைக்கடலை – 100 கிராம்

பெரிய வெங்காயம் – 1

தக்காளி – 2

குழம்பு மிளகாய் தூள் – 2 டேபிள் ஸ்பூன்

மஞ்சள் தூள் – ¼ டீஸ்பூன்

புளி – ஒரு பெரிய நெல்லிக்காய் அளவு

தேங்காய் – 1 பத்தை

சோம்பு – 1 டேபிள் ஸ்பூன்

கடுகு, உளுத்தம் பருப்பு – 1 ஸ்பூன்

கறிவேப்பிலை – ஒரு கொத்து

எண்ணெய் – 50 கிராம்

உப்பு – தேவையான அளவு

சமைக்கும்முறை:

❖ முதல் கட்டமாக கொண்டைக்கடலையை முதல் நாள் இரவே ஊறப் போட்டு விடவேண்டும்.

❖ பிறகு காலையில் எடுத்து தண்ணீரை வடித்துவிட்டு அரை உப்பு போட்டு முக்கால் வேக்காடு வேகவைத்து எடுத்துக் கொள்ளவும்.

❖ அடுத்து புளியை ஊறவைத்து அரை டம்ளர் தண்ணீர் ஊற்றிக் கரைத்துக் கொள்ளவும்.

❖ வெங்காயம், தக்காளியை நறுக்கி வைக்கவும்.

❖ தேங்காயையும் சோம்பையும் சேர்த்து விழுதாக அரைத்துக் கொள்ளவும்.

❖ பிறகு கரைத்து வைத்துள்ள புளித்தண்ணீரை எடுத்துக்கொண்டு அதில், வேக வைத்து எடுத்துள்ள கொண்டைக்கடலையுடன்

நறுக்கி வைத்துள்ள வெங்காயம், தக்காளியைப் போடவும். கூடவே மஞ்சள் தூள், மிளகாய் தூள், தேவையான அளவு உப்பு சேர்த்துக் கொதிக்க விடவும்.

❖ குழம்பு கொதித்து கொண்டைக்கடலை வெந்ததும் அரைத்து வைத்துள்ள சோம்பு, தேங்காய் விழுதைச் சேர்த்து மேலும் சிறிது நேரம் கொதிக்க விட்டு, குழம்பை இறக்கி விடவும்.

❖ பின் ஒரு சிறிய வாணலியை வைத்து இரண்டு ஸ்பூன் எண்ணெய் ஊற்றிக் காய்ந்ததும் கடுகு, உளுந்து, சோம்பு தாளித்து சிறிய வெங்காயம் இரண்டை தட்டிப் போட்டு வதக்கிக் குழம்பில் கொட்டவும். போடவும். கருவேப்பிலை, மல்லித்தழை சேர்க்கவும்.

❖ அவ்வளவுதான் சூப்பரான கொண்டைக்கடலை குழம்பு தயார்.

88. பலாக்காய் சொதி

தேவையான பொருள்கள்:

பிஞ்சு பலாக்காய் – 1

பெரிய வெங்காயம் – 2

தக்காளி – 2

எண்ணெய் – 2 டேபிள் ஸ்பூன்

கறிவேப்பிலை – சிறிதளவு

உப்பு – தேவையான அளவு

அரைக்க:

தேங்காய்த் துருவல் – 1 கப்

பச்சை மிளகாய் – 3

சோம்பு – அரை டீஸ்பூன்

முந்திரிப்பருப்பு – 6

பூண்டு – 1 பல்

பொட்டுக்கடலை – 2 டீஸ்பூன்

எண்ணெய் – 1 டேபிள் ஸ்பூன்.

சமைக்கும்முறை:

❖ முதலில் பலாக்காயை தோல் நீக்கி, உள்ளே இருக்கும் நடுப் பகுதி, பால் ஆகியவற்றை நீக்கிவிட்டு, சிறு சிறு துண்டுகளாக நறுக்கி வைக்கவும்.

❖ அடுத்து வெங்காயம், தக்காளியைப் பொடியாக நறுக்கிக் கொள்ளவும்.

❖ பின் பலாக்காயுடன் ½ தம்ளர் தண்ணீர் விட்டு சிறிது உப்பு சேர்த்து, குக்கரில் வைத்து, ஒரு விசில் வந்ததும் இறக்கி விட வும். பிரஷர் அடங்கியதும் திறந்து, பலாக்காயைத் தண்ணீர் வடித்து, எடுத்துக்கொள்ளுங்கள்.

❖ அடுத்தபடியாக அடுப்பில் வாணலி வைத்து 2 ஸ்பூன் எண் ணெயைக் காயவைத்து தேங்காய்த் துருவல், பச்சை மிளகாய், சோம்பு, முந்திரிப்பருப்பு, பூண்டு, பொட்டுக்கடலை எல்லா வற்றையும் ஒன்றன் பின் ஒன்றாகப் போட்டு வதக்கி ஆற விட வும். பின் அதை ஆறவைத்து விழுதாக அரைத்து வைக்கவும்.

❖ அடுத்து, மீதமுள்ள எண்ணெயைக் காயவைத்து, கறிவேப் பிலை தாளித்து வெங்காயம் சேர்த்து வதக்கவும். வெங்காயம் நன்கு வதங்கியதும் தக்காளியைச் சேர்த்து வதக்கவும். தக்காளி கூழானதும், அரைத்து வைத்துள்ள விழுதையும் சேர்த்து வதக்கி, வேகவைத்து எடுத்த பலாக்காய் துண்டுகள் போட்டு ஒரு தம்ளர் தண்ணீர் சேர்த்து கொதிக்க விடவும். குழம்பு நன்கு கொதித்து பலாக்காய் வெந்ததும் மல்லித்தழை தூவி இறக்கி விடவும்.

❖ அவ்வளவுதான் செட்டிநாட்டு ஸ்பெஷல் பலாக்காய் சொதி ரெடி. இது சாதம், டிபன் அயிட்டங்கள் என எல்லாவற்றுக்கும் ஏற்றது!

89. தக்காளி குருமா

தேவையான பொருள்கள்:

பெரிய வெங்காயம் – 2

தக்காளி – 4

மஞ்சள்தூள் – ¼ டீஸ்பூன்

தேங்காய்த் துருவல் – ½ மூடி

கசகசா – ½ டேபிள் ஸ்பூன்

பொட்டுக்கடலை – 1 டீஸ்பூன்

எண்ணெய் – 50 கிராம்

உப்பு – தேவையான அளவு

அரைக்க:

இஞ்சி – ஒரு துண்டு

பூண்டு – 2 பல்

பச்சை மிளகாய் – 3

பட்டை, லவங்கம் – தலா 1

சோம்பு – ¼ டீஸ்பூன்

மல்லித்தழை – ஒரு கைப்பிடி அளவு

சமைக்கும்முறை:

❖ வெங்காயம், தக்காளியைப் பொடியாக நறுக்கிக் கொள்ளவும்.

❖ அடுத்து இஞ்சி முதல் மல்லித்தழை வரை அரைக்க கொடுத் துள்ள பொருள்களை விழுதாக அரைத்துக் கொள்ளவும்.

❖ தேங்காய் துருவல், கசகசாவை சேர்த்து தனியாக விழுதாக அரைத்து வைக்கவும்.

❖ அடுத்தபடியாக அடுப்பில் வாணலி வைத்து எண்ணெய் ஊற்றிக் காய்ந்ததும் வெங்காயம் போட்டு வதக்கவும். வெங்காயம் வதங்கியதும் அரைத்து வைத்துள்ள இஞ்சி, மல்லித்தழை விழுதைச் சேர்த்து வதக்கவும். கூடவே மஞ்சள் தூள் தேவையான அளவு உப்பு சேர்த்து பச்சை வாசனை போக வதக்கி அடுத்து தக்காளி சேர்த்து வதக்கிக் கொள்ளவும்.

❖ தக்காளி கூழாகும்வரை வதங்கியதும் கடைசியாக அரைத்த தேங்காய் விழுதையும் சேர்த்துப் பிரட்டி ஒன்று அல்லது ஒன் றரை தம்ளர் தண்ணீர் சேர்த்து, ஐந்து நிமிடம் போல நன்றாகக் கொதிக்க விட்டு கருவேப்பிலை, மல்லித்தழை தூவி இறக்கவும்

❖ அவ்வளவுதான், அட்டகாசமான தக்காளி குருமா தயார். இது சாதத்துக்கு மட்டுமில்லாமல் இட்லி, தோசை, ஆப்பத்துக்கும் தொட்டுக்கொள்ள ஜோராக இருக்கும்.

90. காலிஃப்ளவர் பட்டாணி குருமா

தேவையான பொருள்கள்:

காலிஃப்ளவர் – 1

பெரிய வெங்காயம் – 1

தக்காளி – 1

பட்டாணி– 50 கிராம்

உருளைக் கிழங்கு – ¼ கிலோ

மிளகாய் வற்றல் – 5

சோம்பு – 1 தேக்கரண்டி

தேங்காய் – 2 பத்தை

எண்ணெய் – 50 கிராம்

கொத்தமல்லி – கைப்பிடி அளவு

உப்பு – தேவையான அளவு

சமைக்கும்முறை:

❖ காலிஃப்ளவரை சிறுசிறு துண்டுகளாக நறுக்கி மஞ்சள், உப்பு கலந்த வெந்நீரில் போட்டு வைக்கவும்.

❖ அடுத்து உருளைக்கிழங்கு, பட்டாணியை தனியே வேக வைத்து எடுத்து உருளைக்கிழங்கை தோல் உரித்து துண்டுகள் போட்டுக் கொள்ளவும்.

❖ பின் மிளகாய் வற்றல், தேங்காய், சோம்பு மூன்றையும் சேர்த்து விழுதாக அரைத்துக் கொள்ளவும்.

❖ வெங்காயத்தைப் பொடியாக நறுக்கிக் கொள்ளவும்.

❖ அடுத்ததாக அடுப்பில் வாணலி வைத்து எண்ணெய் ஊற்றிக் காய்ந்ததும், நறுக்கிய வெங்காயம் போட்டு வதக்கவும். வெங்காயம் வதங்கியதும் தக்காளியைப் போட்டு வதக்கி கூடவே நறுக்கி வைத்துள்ள காலிஃப்ளவர் போட்டு வதக்க வும். பின் வேக வைத்துள்ள பட்டாணியையும் உருளைக் கிழங்கையும் போட்டு கலந்து, அதனுடன் அரைத்து வைத் துள்ள மசாலாவைப் போட்டு வதக்கி ஒரு தம்ளர் நீர் ஊற்றி

மஞ்சள் தூள், தேவையான அளவுக்கு உப்பு சேர்த்து மூடி வைத்து கொதிக்க விடவும்.

❖ ஐந்து நிமிடம் கொதிக்க விட்டு, இறக்குவதற்கு முன்பு கொத்த மல்லி தழையினைத் தூவி இறக்கவும்.

91. புளி இல்லா குழம்பு

தேவையான பொருள்கள்:

துவரம் பருப்பு – 200 கிராம்

கத்தரிக்காய் – 3

முருங்கைக்காய் – 1

வறுத்து அரைக்க:

மிளகு – ½ டீஸ்பூன்

சீரகம் – 1 டீஸ்பூன்

அரிசி – ½ டீஸ்பூன்

மிளகாய் வற்றல் – 4

தேங்காய் – 3 பத்தை

சமைக்கும்முறை:

❖ துவரம் பருப்பை தனியே வேகவைத்து எடுத்துக் கொள்ளவும்.

❖ அடுத்து மிளகு, சீரகம், அரிசி, மிளகாய் வற்றல் நான்கையும் லேசாக வறுத்துக் கொண்டு தேங்காய் சேர்த்து அரைத்துக் கொள்ளவும்.

❖ பின்னர் அடுப்பில் வாணலி வைத்து எண்ணெய் ஊற்றிக் காய்ந்ததும் கடுகு தாளித்து, கத்தரிக்காய், முருங்கைக்காய் சேர்த்து வதக்கவும்.பின்னர் ஒரு தம்ளர் தண்ணீர் சேர்த்து காயை வேக விடவும்.

❖ காய்கள் வெந்ததும் அதனுடன் வேக வைத்த பருப்பு மற்றும் அரைத்த விழுது சேர்த்து ஐந்து நிமிடம் கொதிக்க விடவும்.

❖ அவ்வளவுதான், புளி சேர்க்காத சுவையான குழம்பு தயார்.

92. பாகற்காய் புளிக்குழம்பு

தேவையான பொருள்கள்:

பெரிய பாகற்காய் – 2

பெரிய வெங்காயம் – 1

தக்காளி – இரண்டு

பூண்டு – 6 பல்

பச்சை மிளகாய் – 2

மஞ்சள் தூள் – 1 டீஸ்பூன்

குழம்பு மிளகாய் தூள் – 2 டேபிள் ஸ்பூன்

சோம்புத் தூள் – ½ டீஸ்பூன்

புளி – ஒரு சின்ன எலுமிச்சை அளவு

கடுகு , உளுந்து – 1 டீஸ்பூன்

சோம்பு – ¼ டீஸ்பூன்

எண்ணெய்– 50 மிலி

கறிவேப்பிலை – ஒரு கொத்து

வெல்லம் – ஒரு சின்ன கட்டி

உப்பு – தேவையான அளவு

சமைக்கும்முறை:

❖ முதலில் பாகற்காயை வட்ட வட்டமான வில்லைகளாக நறுக்கிக் கொண்டு, அரை டீஸ்பூன் உப்பு சேர்த்துப் பிசறி பத்து நிமிடம் ஊறவைக்கவும்.

❖ அடுத்ததாக வெங்காயம், தக்காளியைப் பொடியாக நறுக்கிக் கொள்ளவும். பச்சை மிளகாயைக் கீறி வைக்கவும். பூண்டுப் பல்லைத் தட்டி வைக்கவும்.

❖ பின் புளியை இரண்டு டம்ளர் தண்ணீரில் கரைத்து வடிகட்டி வைக்கவும்.

❖ பிறகு பாகற்காயைக் கழுவிக் கொண்டு, அதனுடன் மஞ்சள் தூள், மிளகாய்த்தூள், சோம்புத் தூள், தேவையான அளவு உப்பு சேர்த்துப் பிசறி வைக்கவும்.

❖ அடுத்தபடியாக அடுப்பில் வாணலியை வைத்து எண்ணெய் ஊற்றிக் காய்ந்ததும் கடுகு, உளுந்து, சோம்பு தாளித்து வெடிக்க விட்டு வெங்காயம், ப. மிளகாய், கறிவேப்பிலை, பூண்டு போட்டு வதக்கி எல்லாம் வதங்கியதும் தக்காளி சேர்த்து வதக்கவும்.

❖ தக்காளி கூழாக வதங்கியதும் பிசறி வைத்துள்ள பாகற் காயைப் போட்டு வதக்கவும். ஐந்து நிமிடம் நன்றாக வதக்கி கடைசியாக புளிக் கரைசலை ஊற்றிக் கொதிக்க விடவும்.

❖ மிளகாய் தூள் நெடி போய், பாகற்காய் வெந்தவுடன் வெல்லம் தட்டிப் போட்டு மேலும் ஐந்து நிமிடம் கொதிக்க விட்டு இறக்கவும்.

❖ சுவையான பாகற்காய் புளிக்குழம்பு ரெடி.

93. செட்டிநாட்டு வத்தக்குழம்பு

தேவையான பொருள்கள்:

சின்ன வெங்காயம் – 15

தக்காளி – 2

பூண்டு – 10 பல்

மணத்தக்காளி வற்றல் – 2 தேக்கரண்டி

புளி – எலுமிச்சையளவு

குழம்பு மிளகாய் தூள் – 2 டேபிள் ஸ்பூன்

சோம்புத் தூள் – ½ ஸ்பூன்

சீரகத்தூள் – ½ ஸ்பூன்

கடுகு, உளுத்தம் பருப்பு – ஒரு தேக்கரண்டி

வெந்தயம் – ½ ஸ்பூன்

பெருங்காயத் தூள் – ஒரு சிட்டிகை அளவு

கறிவேப்பிலை – ஒரு கொத்து

மல்லித்தழை – கைப்பிடி அளவு

எண்ணெய் – 50 மிலி

உப்பு – தேவையான அளவு

சமைக்கும்முறை:

❖ முதலில் புளியை இரண்டு தம்ளர் விட்டு ஊறவைத்து கரைத்துக் கொள்ளவும்.

❖ சின்ன வெங்காயம், பூண்டை உரித்து வைக்கவும். தக்காளியைப் பொடியாக நறுக்கிக் கொள்ளவும்.

❖ அடுத்து அடுப்பில் வாணலி வைத்து எண்ணெய் ஊற்றிக் காய்ந்ததும் கடுகு, உளுத்தம் பருப்பு, வெந்தயம், பெருங் காயம் போட்டு தாளித்து மணத்தக்காளி வற்றலைப் போட்டுப் பொரிந்தவுடன் உரித்த முழு வெங்காயம், பூண்டு போட்டு வதக்கவும். வெங்காயம் நன்கு வதங்கியதும் நறுக்கிய தக்காளி சேர்த்து கூழாக வதக்கவும். பிறகு அதனுடன் மிளகாய் தூள், சோம்புத் தூள், சீரகத் தூள் போட்டு தீயை சிம்மில் வைத்து நன்கு வதக்கவும்.

❖ இரண்டு நிமிடத்துக்குப் பிறகு புளித்தண்ணீரை ஊற்றி தேவை யான அளவு உப்பு போட்டு குழம்பைக் கொதிக்கவிடவும்.

❖ குழம்பு நன்கு கொதித்து சுண்டி எண்ணெய் மிதந்தவுடன் கருவேப்பிலை, மல்லித்தழை தூவி இறக்கவும்.

❖ ருசியான செட்டிநாட்டு வத்தக்குழம்பு தயார்.

94. செட்டிநாட்டு மிளகு ரசம்

தேவையான பொருள்கள்:

துவரம்பருப்பு – 50 கிராம்

தக்காளி – 1

புளி – எலுமிச்சை அளவு

மிளகுத் தூள் – 3 ஸ்பூன்

சீரகத் தூள் – 1 ஸ்பூன்

பெருங்காயத் தூள் – ¼ ஸ்பூன்

கடுகு – ஒரு டீஸ்பூன்

நெய் – 2 டீஸ்பூன்

கறிவேப்பிலை – 1 கொத்து

சமைக்கும்முறை:

❖ முதலில் துவரம்பருப்பை சிறிது மஞ்சள் பொடி சேர்த்து வேக வைத்து எடுத்துக் கொள்ளவும்.

❖ புளியை நீரில் ஊறப் போட்டு, இரண்டு தம்ளர் தண்ணீரில் கரைத்துக் கொள்ளவும்.

❖ கரைத்து வைத்துள்ள புளித் தண்ணீரில் பெருங்காயத் தூள், மிளகுத் தூள், சீரகத் தூள், தேவையான அளவு உப்பு, மற்றும் தக்காளியை நான்கு துண்டுகளாக நறுக்கிப் போட்டு கொதிக்க விடவும்.

❖ புளித் தண்ணீர் பச்சை வாசனை போய் நன்கு கொதித்துச் சுண்டியதும் வேக வைத்துள்ள துவரம் பருப்பைச் சேர்க்கவும். மேலும் ஒரு தம்ளர் சேர்த்து கொதிக்க விடவும்.

❖ ரசம் லேசாக நுரைத்து வந்ததுமே, இறக்கி வைத்து, நெய்யைச் சூடாக்கி அதில் கடுகு தாளித்துக் கொட்டவும். கறிவேப்பிலை, கொத்தமல்லித் தழை சேர்க்கவும்.

❖ காரசாரமான மிளகு ரசம் தயார்.

95. கொள்ளு ரசம்

தேவையான பொருள்கள்:

கொள்ளு – 200 கிராம்

சின்ன வெங்காயம் – 5

தக்காளி – 1

பூண்டு – 6 பல்

மிளகாய் வற்றல் – 4

மிளகாய்த்தூள் – 1 டீஸ்பூன்

மஞ்சள் தூள் – ¼ டீஸ்பூன்

புளி – எலுமிச்சை அளவு

மிளகுத் தூள் – 1 ஸ்பூன்

சீரகத் தூள் – 1 ஸ்பூன்

பெருங்காயத்தூள் – ¼ டீஸ்பூன்

கடுகு – 1 டீஸ்பூன்

கருவேப்பிலை – சிறிது

கொத்தமல்லி தழை – சிறிது

உப்பு – தேவையான அளவு

எண்ணெய் – 2 டேபிள் ஸ்பூன்

சமைக்கும்முறை:

❖ முதலில் குக்கரில் இரண்டு தம்ளர் தண்ணீர் விட்டு, கொள்ளு, அதனுடன் மஞ்சள் தூள் மற்றும் மிளகாய் தூள் சேர்த்து 6 விசில்வரை வேகவைத்து எடுக்கவும்.

❖ பின் கொள்ளு வேகவைத்த தண்ணீரை எடுத்து அதனுடன் தக்காளியை நறுக்கிப் போட்டு வேகவைத்து மசித்துக் கொள்ளவும்.

❖ புளியை நீரில் ஊறப் போட்டு, இரண்டு தம்ளர் தண்ணீரில் கரைத்துக் கொள்ளவும்.

❖ வெங்காயத்தைப் பொடியாக நறுக்கி வைக்கவும்.

❖ அடுத்து அடுப்பில் வாணலி வைத்து எண்ணெய் ஊற்றி கடுகு, கருவேப்பிலை தாளித்து, மிளகாய் வற்றல் கிள்ளிப் போட்டு பொடியாக நறுக்கிய வெங்காயத்தைச் சேர்த்து வதக்கவும். பின்னர் அதனுடன் புளி கரைசலைச் சேர்த்து ஒரு இரண்டு நிமிடம்வரை கொதிக்க விடவும்.

❖ பின் கொதித்த புளிக் கரைசலில் பெருங்காயம், மிளகுத் தூள், சீரகத் தூள் மற்றும் பூண்டை நசுக்கிப் போட்டுத் தேவையான அளவு உப்புடன், தக்காளி வேகவைத்து மசித்த கொள்ளு தண்ணீரை ஊற்றிக் கொதிக்க விடவும்.

❖ ரசத்தை அதிகம் கொதிக்க விடாமல் அது நுரைத்து வரும் போதே கருவேப்பிலை, மல்லித் தழை தூவி இறக்கவும்.

❖ ருசியான கொள்ளு ரசம் ரெடி.

96. செட்டிநாட்டு தூதுவளை ரசம்

தேவையான பொருள்கள்:

தூதுவளை – 1 கப்

துவரம் பருப்பு – 50 கிராம்

தக்காளி –1

புளி – நெல்லிக்காய் அளவு

பூண்டு – 4 பல்

மஞ்சள் தூள் – 1 டீஸ்பூன்

மிளகுத் தூள் – 2 டீஸ்பூன்

சீரகத் தூள் – 1 டீஸ்பூன்

தனியா தூள் – 1 ஸ்பூன்

பூண்டு – 4 பல் (நசுக்கியது)

உப்பு – தேவையான அளவு

தாளிக்க:

எண்ணெய் – 2 டேபிள் ஸ்பூன்

கடுகு – 1 டீஸ்பூன்

பெருங்காயத்தூள் – ½ ஸ்பூன்

கறிவேப்பிலை–1 கொத்து

மிளகாய் வற்றல் – 2

கொத்தமல்லித் தழை – கைப்பிடி அளவு

சமைக்கும்முறை:

❖ முதலில் துவரம்பருப்புடன் மஞ்சள் தூள் சேர்த்து குக்கரில் குழைய வேக வைத்து மசித்து பருப்பு நீரிலேயே கரைத்து வைக்கவும்.

❖ அடுத்து தூதுவளை இலைகளை முள் குத்தாமல் ஜாக்கிரதையாக ஆய்ந்து எடுத்து தண்ணீரில் சுத்தம் செய்து அலசி வைக்கவும்.

❖ பிறகு அடுப்பில் வாணலி வைத்து சிறிது எண்ணெய் விட்டுக் காய்ந்ததும் சுத்தம் செய்த தூதுவளை இலைகளைப் போட்டு வதக்கி எடுத்து தனியே வைக்கவும்.

❖ அடுத்தபடியாக புளியைக் கரைத்து எடுத்து பருப்புத் தண்ணீ ருடன் சேர்த்து, அதனுடன் மிளகுத் தூள், சீரகத் தூள், தனியா தூள், நசுக்கிய பூண்டு போட்டு, தக்காளியையும் பிசைந்து கரைத்துக் கொள்ளவும். தேவையான அளவு உப்பு சேர்க்கவும்.

❖ அடுத்து மீண்டும் அடுப்பில் வாணலி வைத்து எண்ணெய் ஊற்றிக் காய்ந்ததும் கடுகு, பெருங்காயம், கறிவேப்பிலை, மிளகாய் வற்றல் தாளித்து, வதக்கி வைத்துள்ள துதுவளை இலைகளைச் சேர்த்து, கரைத்து வைத்துள்ள பருப்புத் தண்ணீரை அதனுடன் ஊற்றவும்.

❖ ரசம் கொதிக்கத் தொடங்கி நுரைத்துப் பொங்கி வரும் போது கொத்தமல்லித் தழை தூவி ரசத்தை இறக்கி விடவும்.

❖ அவ்வளவுதான் சூப்பரான சத்தான துதுவளை ரசம் தயார். சூடாகப் பரிமாறவும்.

97. தக்காளி ரசம்

தேவையான பொருள்கள்:

தக்காளி – 3

மிளகு –1 ஸ்பூன்

சீரகம் – ½ ஸ்பூன்

பூண்டு – 2 பல்

பச்சை மிளகாய் – 1

கடுகு – ¼ ஸ்பூன்

மிளகாய் வற்றல் – 2

மஞ்சள் தூள் – ஒரு சிட்டிகை

பெருங்காயத் தூள் –சிட்டிகை அளவு

கருவேப்பிலை – சிறிது

கொத்தமல்லித் தழை – கைப்பிடி அளவு

எண்ணெய் – 2 டேபிள் ஸ்பூன்

உப்பு – 1 ஸ்பூன்

சமைக்கும்முறை:

❖ மிளகு, சீரகம், பூண்டு, பச்சை மிளகாய் அனைத்தையும் ஒன்றாகச் சேர்த்து அரைக்கவும்.

❖ தக்காளியைப் பிழிந்து சாற்றுடன் ஒரு தம்ளர் தண்ணீர் சேர்த்து கலந்து வைக்கவும்.

❖ அடுத்து அடுப்பில் வாணலி வைத்து எண்ணெய் ஊற்றிக் காய்ந்ததும் கடுகு, கருவேப்பிலை தாளித்து மிளகாய் வற்றல் சேர்த்து வதக்கவும். வதக்கியதும் அரைத்து வைத்துள்ள மிளகு சீரகப் பூண்டு, பச்சை மிளகாய் விழுதைச் சேர்த்து வதக்கவும்.

❖ பிறகு அதனுடன் தக்காளிச் சாற்றின் தண்ணீரைக் கொட்டி கூடவே, மஞ்சள் தூள், பெருங்காயதூள், தேவையான அளவு உப்பு சேர்த்து கொதிக்க விடவும்.

❖ கொதித்து நுரை வரும் சமயம் கொத்தமல்லித் தழை தூவி இறக்கவும்.

98. தேங்காய் துவையல்

தேவையான பொருள்கள்:

தேங்காய் – கால் மூடி (துருவிக் கொள்ளவும்)

புளி – சின்ன கோலி அளவு

கடலைப்பருப்பு – 1 டீஸ்பூன்

உளுத்தம் பருப்பு – 1 டீஸ்பூன்

மிளகாய் வற்றல் – 2

பெருங்காயம் – ஒரு சிட்டிகை

எண்ணெய் – 1 ஸ்பூன்

சமைக்கும்முறை:

❖ அடுப்பில் வாணலி வைத்து எண்ணெய் ஊற்றிக் காய்ந்ததும் மேலே குறிப்பிட்டுள்ள அனைத்துப் பொருள்களையும் எண் ணெயில் போட்டு வதக்கி எடுத்து ஆறவிடவும். ஆறியதும் மிக்ஸியில் போட்டு அரைத்தெடுக்கவும். ஜோரான தேங்காய் துவையல் ரெடி.

99. வரமிளகாய் துவையல்

தேவையான பொருள்கள்:

சின்ன வெங்காயம் – 20

மிளகாய் வற்றல் – 10

நாட்டுத் தக்காளி – 3

உப்பு – தேவையான அளவு

தாளிக்க:

கடுகு, உளுத்தம்பருப்பு – ½ டீஸ்பூன்

கறிவேப்பிலை – ஒரு கொத்து

நல்லெண்ணெய் – 100 மிலி

சமைக்கும்முறை:

❖ முதலில் சின்ன வெங்காயத்தைத் தோல் உரித்து, தக்காளியை நறுக்கிக் கொள்ளவும்.

❖ அடுத்து அடுப்பில் வாணலி வைத்து எண்ணெய் ஊற்றிக் காய்ந்ததும், வெங்காயத்தைப் போட்டு வதக்கவும். மிளகாய் வற்றலையும் போட்டு வதக்கவும்.

❖ கடைசியாக தக்காளியையும் சேர்த்து கூழாகும்வரை வதக்கி, தேவையான அளவு உப்பு சேர்த்து அரைக்கவும்.

❖ பின் நல்லெண்ணையைக் காயவைத்து, கடுகு, உளுத்தம் பருப்பு, கறிவேப்பிலை போட்டு கருகாமல் பொரித்துத் துவையலில் சூட்டோடு கொட்டிக் கிளறிவிடவும்.

❖ ருசியான வரமிளகாய் துவையல் ரெடி.

100. செட்டிநாட்டு மிளகாய் சட்னி

தேவையான பொருள்கள்:

சின்ன வெங்காயம் – 10

தக்காளி – 3

பூண்டு – 6 பல்

மிளகாய் வற்றல் – 10

உப்பு – தேவையான அளவு

தாளிக்க :

நல்லெண்ணெய் – 50 மிலி

கடுகு, உளுத்தம் பருப்பு – ½ ஸ்பூன்

கறிவேப்பிலை – ஒரு கொத்து

சமைக்கும்முறை:

❖ வெங்காயம், தக்காளி, மிளகாய் வற்றல், பூண்டு இவை அனைத்தையும் தேவையான அளவு உப்பு சேர்த்து மிக்சியில் போட்டு அரைக்கவும்.

❖ அடுத்து அடுப்பில் வாணலி வைத்து நல்லெண்ணெய் ஊற்றிக் காய்ந்ததும், கடுகு உளுத்தம் பருப்பு, கருவேப்பிலை தாளித்து பொரித்துக் கொட்டவும்.

❖ சாதத்துக்கு மட்டுமல்ல, இட்லி, தோசைக்கும் தொட்டுக் கொள்ள ருசியான சட்னி இது.